நகரெங்கும் சிதறிய சுழிகள்

ஜெயந்தி சங்கர்

நகரெங்கும் சிதறிய சுழிகள்	:	சிறுகதைகள்
ஆசிரியர்	:	ஜெயந்தி சங்கர்
	:	© ஆசிரியருக்கு
முதற்பதிப்பு	:	மே 2016
அட்டைப் புகைப்படம்	:	பினு பாஸ்கர்
வெளியீடு	:	வம்சி புக்ஸ்
		19, டி.எம்.சாரோன்,
		திருவண்ணாமலை-606 601
		9445870995, 04175-235806
அச்சாக்கம்	:	மணி ஆப்செட், சென்னை-600 077
விலை	:	₹ 110/-
ISBN	:	978-93-84598-25-9

Nagarengum Sithariya Suzhigal	:	Short Stories
Author	:	Jayanthi Sankar
	:	© Author
First Edition	:	May - 2016
Published by	:	Vamsi books
Wrapper Photography	:	Binu Basker
		19.D.M.Saron,
		Tiruvannamalai-606 601
		9445870995, 04175-235806
Printed by	:	Mani Offset, Chennai-600 077
	:	₹ 110/-
ISBN	:	978-93-84598-25-9

www.vamsibooks.com - e-mail: vamsibooks@yahoo.com

எழுத்தாளர்கள், நண்பர்கள்

சத்யானந்தன், பேராசிரியர் அ. ராமசாமி

ஆகிய இருவருக்கும் மிக்க அன்புடன்...

அடியோடும் வெம்மை

தமிழ்ப் புனைகதை உலகில் பரபரப்பான கதைகள், ஒரு குறிப்பிட்ட கதைக்களனில் மட்டுமே இயங்கும் கதைகள் மூலம் தனக்கு ஓர் அடையாளத்தை உருவாக்க முயலும் எழுத்தாளர்கள் மத்தியில் பரவலான வீச்சு, உலகளாவிய பார்வையை முன்வைக்கும் விதத்தில் ஜெயந்தி சங்கரின் ஆக்கங்கள் ஊன்றி உள்வாங்க வேண்டியவை.

சிறுகதைகளில் பல உத்திகள் இருப்பினும் இரண்டு உத்திகளைப் பொதுவாக தமிழ்ச் சூழலில் காணலாம். கதை இறுதி வரிகளில் திடீரெனப் பிளந்து வேறொரு பரிமாணத்தைக் காட்டும். இதன் நீர்த்த, அலுத்துப் போன வடிவம் ‘ஒரு பக்கக் கதைகள்’ என்ற வரிசை. அவை பரபரப்பை முன்வைக்கின்றன. 'ஒளிர்தல்’ போல, வாசிக்கும் கணம் வரை மட்டுமே அவை தாக்கத்தை ஏற்படுத்துகின்றன. அதன்றி, உணர்வுகளை மெல்ல அதிர வைக்கும் தன்மையுள்ள கதைகள் ‘நின்றொளிர்தல்’ போல படித்தபின்னும் தாக்கத்தை உணர்வில் தக்க வைக்கும் தன்மை கொண்டவை. புதுமைப்பித்தனின் பொன்னகரம் போன்றவை இதில் சேரும்.

ஜெயந்தி சங்கரின் ‘உன் பெயர் என்ன?’ இந்த வகையைச் சார்ந்தது. ஒரு மெல்லிய அதிர்வு முடிவில் கொண்டுவருவது, இடையில் பலமானஅதிர்வுகளைக் கொண்டு வந்த பிறகு, அழுத்தமாகப்

பதிவிப்பது சற்றே சிக்கலானது. தோப்பில் முகமது மீரானின் ஒரு கதையில் இறந்து போன பாட்டியின் இறுதிச்சடங்குகளுக்கு மக்கள் காத்திருக்கையில் பேரன் 'மேட்சுல இந்தியா தோத்துட்டுல்லா?' என்பான். அது போன்ற ஓர் உணர்வு அதிர்வு இது.

ஜெயந்தி சங்கர் கதைகள், 'இஸம்' கொண்டு, ஒரேயொரு டெம்ப்ளேட்டைக் கொண்டு அமைவதில்லை. இதில்தான் அவரது வெற்றி இருக்கிறது. உணர்வுகள், அவற்றின் சிக்கல்கள் எனக் கொண்டுப்போவதை ஒரு சட்டத்தில் அடைத்தல் வெகு சாத்தியம். அதனை மீறுவதற்கு எழுத்தில் வல்லமை வேண்டும். அவர் இயல்பாக இந்தச் சட்டங்களை மீறுகிறார். மீறுவது தெரியாமல் வாசிக்கிறோம். வெகு திறமையான ஒரு பாடகர், கற்பனா சுரங்களில் பாடலை மேலும் எடுப்பது போல ஒரு கதையின் தாக்கமும் கதைக்தொகுப்பின் தாக்கமும் வேறு வேறு தளங்களில் அசைபோட வைக்கின்றன. பெரும்பாலான கதைத் தொகுப்புகள் இதனைத் தருவதற்கெனவே கவனமாகத் தொகுக்கப் படுகின்றன. ஜெயந்தியின் தொகுப்பில் இந்த செயற்கைத்தனத்தைக் காண முடிவதில்லை. ஏனெனில் கதைகளின் வீச்சு இயல்பாகவே பரவலாக இருக்கிறது.

ஜெயந்தியின் கதாபாத்திரங்களில், மிகத் திறமையாக அவர் தமது மன நிலையை உள்ளூற ஓடவிடுகிறார் என்று மொத்தமான வாசிப்புணர்வு சொல்கிறது. தனியாக கதைகளின் வாசிப்புணர்விற்கும் ஒரு கூட்டமைவு உணர்விற்கும் தொடர்பு இருப்பினும், அதனைத் தாண்டிய ஒரு பாத்திர அமைப்பு மூலம் ஜெயந்தி தம்மை நமக்கு அறிமுகம் செய்து கொள்கிறார். நாவல்களில் இது எளிதில் அமைந்து விடுவதில்லை. புதுமைப்பித்தனில் இந்த உணர்வு கிடைப்பதில்லை. ஆனால், மௌனியின் கதைகளில் இந்த உணர்வு இறுதியில் சற்றே தலைதூக்கும்.

புலம் பெயர்ந்த சராசரிப் பெண் எந்த அளவில் தனது அடையாளத்தை முன் நிறுத்த முயல்வாள்? அல்லது அதனைப் பிறர்

உணர்வதைக் கண்டபின் அவளது எதிர்வினை எவ்வாறு இருக்கும்? இக்கேள்விகளைப் பல கோணங்களில் தருக்கிக்க முடியும். தன்னை ஓர் 'உலகக் குடிமகளாக'ப் பார்ப்பதாக ஜெயந்தி, ஒரு பேட்டியில் சொல்கிறார். இந்த கருத்தமைவில், எவரேனும் அன்னிய நாட்டில் உங்களது ஊர், ஜாதி என்று தொடங்கினால் அவரது எதிர்வினை, அவ்வூடுருவலைத் தடுப்பதாக, அல்லது விட்டு விலகுவதாகவே இருக்கும். இதனையே அவரது கதையில், தொண தொணக்கும் முதியவரின் கேள்விக்கு விடையாக அந்தக் கதாபாத்திரம் செய்து போகிறாள்.

கதைகளில் உருவகப்படுத்துவது ஒரு கலை என்பதை விட அதன் முக்கியத்துவம் ஆராயப்படவேண்டும். அந்த வகையில் 'புலியூரின் ஓவியங்கள்' கதையில் நமக்கு அந்த ஊர் சிங்கப்பூரையோ, திருப்பாதிரிப் புலியூரையோ, தூத்துக்குடியையோ நினைவுபடுத்தலாம். கதாபாத்திரங்களும் அவர்களது உரையாடல்களும் வெளியூர் தமிழ் அமைப்புகளில் உள்ளோடும், புரையோடிப்போன சடங்குகளையும் அரசியல்களையும் நினைவுபடுத்தலாம். ஆனால் தனது உண்மையான கரிசனத்தை, பித்தன் என்ற ஓர் அவுட்லையர் பாத்திரத்தின் மூலம் சரியாக உருவகமேற்றி நம்மைத் தாக்குகிறார் ஜெயந்தி. உருவகங்கள், படிமங்கள் என அதீதப் பூச்சாண்டி காட்டுவதை விட யதார்த்தத்தை, அதன் போக்கில் ஒரு கற்பனை நிகழ்வில் ஏற்றியிருப்பது நுட்பங்களுக்கு மேல் உண்மை பெரிது எனக் காட்டியிருப்பதாக எனக்குப் பட்டது.

ஜெயந்தி சங்கரின் கதைகள் பெண்களின் குடும்ப, அலுவலகச் சவால்களை ஆராய்கின்றன. தவறான சிந்தையுடைய அதிகாரியிடமிருந்து தப்பிக்கும் நிலையிலும் வீட்டில் அம்மா வேறொருவனோடு தனிமையில் இருப்பதைக் காணும் நிலையிலும் பெண்களின் மனக்குமுறல்கள், வெளியேற வேண்டிய நிர்ப்பந்தங்களை அழுத்தமாகக் காட்டுகின்றன. குமுறல்கள்

வெளியேற முடியாது, யதார்த்தத்தின் குரூர அழுத்த வெளியேற்றியாக, ஒரு 'ஸேஃப்டி வால்வா'கவே, வீட்டை விட்டுச் செல்லுதலும் மனநோயாளிகள் இல்லத்தில் இருக்க நினைத்தலும் அமைவதாகப் படுகிறது. ஓர் இளம் பெண்ணின் மன உளைச்சலுக்காக டாக்ஸி டிரைவர் விட்டுக்கொடுக்க நினைப்பதை ஒரு புதிய பரிமாணமாகக் காட்டும் வித்தை நிறைவளிக்கிறது.

முன்பு ஜெயந்தி எழுதிய 'ஈரம்' என்ற கதையை அவரது பெண் கதாபாத்திரங்கள் அடிக்கடி நினைவு படுத்துகிறார்கள். பாத்திரங்கள் எவையும் ஒரே போலுள்ளவையல்ல. கதைகளும் வேறானவை. ஆனால் பெண்களுக்கான இடர் என்பது அடியோடும் வெம்மை. தான் வாழும் சூழலில் ஏழ்மையின் இடர் என்னவென்பதை ஜெயந்தி உணர்ந்திருக்கிறார். சூதாடுதல் என்பது ஒரு முக்கியமான சமூக அவலமாக அவருக்குப் படுகிறது. கேரளாவில் சில ஆண்டுகளுக்கு முன்பு வரை லாட்டரி என்ற கொடிய நோய் பல குடும்பங்களை அழித்தது. குதிரையில் பணம் கட்டி சீரழிந்தவர்களின் குடும்பங்கள் சின்னாபின்னமாவதை யதார்த்தமாகக் காட்டி அதனைப் பெண்களின் அவல நிலைக்கு ஒரு காரணமாகக் காட்டியிருப்பது, இந்தியாவில் வேண்டுமானால் வாசகர்களுக்கு இயல்பில்லாததாக இருக்கலாம். ஓர் உலகப் பார்வை கொண்ட கதாசிரியரின் கதையைப் படிக்கையில் நாமும் உலகளாவிய பார்வை கொள்ளுதல் பல இடைவெளிகளைத் தாண்ட வைக்கும். கதையைப் படிப்பவன் தன்னை மேம்படுத்திக்கொள்ள எத்தனிக்க வேண்டிய அவசியம் இன்று மிக அதிகம்.

இயந்திர மயமாதல், கணனி மயமாதல் என்பது எந்த அளவில் உணர்ச்சிகளையும் ஒரு 'மயமாக்குதலில்' தீவிரமடைந்திருக்கிறது என்பதை 'கை' காட்டுகிறது. கடைசி வரிகள் இல்லாவிட்டால் இதனை ஒரு நவீன மௌனியின் கதை என்றே எண்ணியிருப்பேன். கதைகள் நிகழ்வுகளில் நகர்ந்து அதிலேயே முடிந்துவிடுவது, ஒரு மீள்வாசிப்பை

மனதளவேனும் நிகழ்த்தவேண்டிய ஒரு சுகமான கட்டாயத்திற்குள் வாசகன் தள்ளப்படுகிறான். அகமும் புரிதலும் கொண்டு கதையை உள்வாங்குகிறான்.

உழைப்பின் ஊதியமாக பல உணர்வுகளின் கலவையை நிறைவாகக் கொள்ளும் வாசகன் மனத்தில் கதை ததும்பி நிற்கிறது. ஜெயந்தி சங்கர், தன் கதைகள் மூலம் வாசகனது இந்த வெற்றியைச் சாத்தியப்படுத்தியிருக்கிறார்.

மௌனியின் கதைகள் பற்றி, கி.ஆ.சச்சிதானந்தம் இவ்வாறு சொல்லுகிறார்: "இரு உலகங்கள் இருக்கின்றன. ஒன்று காலத்தால் படைக்கப்பட்டது. மற்றொன்று ஊழியால் காலத்தால் கடந்த நிரந்தரத்தால் படைக்கப்பட்டது இங்கு சுதந்திரம், அழகு, அமைதி கொலுவீற்றிருக்கின்றன. இரண்டாம் உலகில் காட்சி, தற்செயலான சுயமாய் எழும் நினைவால் தோன்றி, தோன்றும்போதே காலத்துளிகளில் மறையும். மௌனி, அந்தக் காலத்துளிகளின் மின்னொளியைப் பிடித்து, காலத்தால் ஆன உலகின் அனுபவத்தின் மேற்பாய்ச்சுகிறார்."

இது ஜெயந்தி சங்கரின் கதைகளுக்கும் பொருந்தும்.

அன்புடன்,

க.சுதாகர்

மும்பை

25-03-2016

உள்ளடக்கம்

1. உன் பெயர் என்ன? 11
2. புலியூரின் ஓவியங்கள் 17
3. சூதாடியின் வாரிசுகள் 29
4. புலியூர் வந்த காவலன் 37
5. இந்நு அவதியாணு 48
6. நகரெங்கும் சிதறிய சுழிகள் 58
7. வார்ட் 34பி 68
8. தூரம் 76
9. கை 83
10. இருக்கை 91
11. நூல் பொம்மை 98

உன் பெயர் என்ன?

ஏறும்போதே கவனித்தான். அவள் மடியில் எப்போதுமிருக்கும் பெரிய சிவப்புப் பையைக் காணோம். அன்றைக்கு அவள் வழக்கத்திற்கு விரோதமான, அலாதியானதொரு பதற்றத்துடன் இருந்தாள். சில நொடிகளிலேயே தன் அம்மாவைத் திரும்பிப் பார்த்து அவள் சிடுசிடுத்ததில் அவளுக்குள் வளர்ந்தபடியிருந்த பதட்டம் தெரிந்தது. என்ன செய்வதென்றே தெரியாமல் அவள் தவித்தது அப்பட்டமாகவே வெளிப்பட்டது. ''உஷ், உஷ்'' என்றவாறிருந்தார் அவள் அம்மா. ''இன்றைக்கு இவளை எப்படியாவது சமாளித்து மீள்வோமா?'' என்ற சந்தேகம் தோய்ந்த கவலை அவர் முகத்தில். அவள் பெயர் என்னவென்றே தெரியாததால் அவன் அவளுக்கு 'புஜ்ஜி' என்று பெயர் வைத்திருந்தான்.

கூட்டமில்லை. ஓட்டுநருக்குப் பின்னால் இருந்த நீள் இருக்கை ஓரத்தில் உட்கார்ந்து கொண்டான். நால்வர் அமரக்கூடிய இருக்கையில் மறுஓரத்தில் ஒரு சீன மூதாட்டி எங்கோ பார்த்தவாறு உட்கார்ந்திருந்தார். யாரோ பூசியிருந்த தலைவலித் தைலம் மூக்கில் மோதியது.

எப்போதும் போல பளீர் ஆரஞ்சு நிறத்தில் பெரிய பெரிய பூப்போட்ட இந்தோனீசிய 'பாத்திக்'கில் தொளதொளவென்று நீள வழிந்து கணுக்காலைக் காட்டும் உடலுடன் ஒட்டாத கையில்லாத முக்கால் உடை உடுத்தியிருந்தாள். வேறு எந்த உடையிலும் அவளை

அவன் கண்டதில்லை. காதுவரை குட்டையாக வெட்டப்பட்ட அவளது முடி சட்டென்ற முதல் பார்வையில் ஒரு தொப்பியைக் கவிழ்த்தது போலிருந்தது.

அடுத்த நிறுத்தத்தில் இளம் நீலவண்ணச் சீருடையில் புறஉலகை மறந்து தமக்குள் உரையாடி உரக்கச் சிரித்த மாணவர் பட்டாளம் கண்ணில் பட்டது. கைப்பேசியில் பேசிக் கொண்டே ஏறிய தொடக்கக்கல்லூரி மாணவன் வலப்புறம் அவ்விருவரைக் கண்டதுமே சட்டென்று ஏறத் தயங்குபவனைப் போன்ற முகபாவத்துடன் ஒருகணம் நின்றுவிட்டு, ''மொதல்ல எறங்கிறலாமான்னு தான் நெனச்சேன். ஆமா, ஆமா. அதே லூசு தான். இல்லல்ல, ஏறிட்டேன். இப்பவே நேரமாச்சி,'' என்று சொல்லிக் கொண்டே விடுவிடுவென்று பேருந்தின் பின்பகுதிக்குச் சென்று முதுகைக் காட்டியபடி நின்று கொண்டான்.

எத்தனை முயன்றும் அவள் மீதே குவிந்த பார்வையை வலுவில் திரும்பிப் பேருந்துக்குள் மறுபுறம் ஓட்டினான். அவன் கவனிப்பதைப் பார்த்த சீன மூதாட்டி, ''சியேன் லா...''என்று முகத்தைச் சுளித்து தன் நெற்றிப் பொட்டருகே விரலைச் சுழற்றினார். என்ன முகபாவம் காட்டுவது என்று தெரியாமல், ''யார் தான் இல்லை? ஒவ்வொருவரும் ஒருவிதம்,'' என்று மனதிற்குள் எண்ணிக் கொண்டான். ஓராண்டுக்கு முன்னர் முதல்முதலில் புஜ்ஜியைக் கண்ட போது அவனுக்கு ஒன்றுமே புரியவில்லை.

நாலைந்து பெரிய பைகளுடன் சந்தைக்குச் சென்று திரும்பும் அடையாளங்களுடன் அமர்ந்திருக்கும் தாயைப் பார்த்தால் யாருக்குமே அன்றாடம் காணக்கூடிய இன்னொரு சீன முகமாக, பத்தோடு பதினொன்றாகவே தோன்றும். முப்பது வயதுக்குள் மதிக்கத்தக்க மகளைக் காணும் போதுதான் அவளில் படிந்திருக்கும் ஒருவித அசாதாரணம் சட்டென்று உணரக் கூடியதாகப் படும்.

ஒவ்வொரு வியாழக்கிழமை மதியமும் அதே ஒன்று முப்பத்தைந்துக்கு ஸ்டீஃபன் ரோட்டில் அவன் ஏறும் பேருந்தில்

இருவரும் வருவார்கள். அவர்களை அவன் கவனிப்பது யாருக்கும் தெரியாதவாறு கவனிக்கப் பழகியிருந்தான். மெக்ஃபர்ஸனில் தான் இறங்கிய பிறகு எந்த நிறுத்ததில் இறங்குவார்கள் என்று அவன் இன்று வரை அறிந்ததே இல்லை.

ஒவ்வொரு வியாழனன்றும் ஏற்கனவே வடிவமைக்கப்பட்ட நிரலியைப் போல கண்ணாடிப்பேழையைப் பத்திரப்படுத்தும் கூர்ந்த கவனத்துடன் மடியில் தன்னிரு கைகளால் பட்டும் படாமலும் பிடித்திருக்கும் பெரிய சிவப்பு பிளாஸ்டிக் பையை விரித்து உள்ளே தலையைக் கவிழ்த்துப் பார்ப்பாள் புஜ்ஜி. வாய் இறுகக் கட்டப்பட்டு, பலூன் போல உப்பியிருக்கும் ஒரு பொதியை மட்டும் கவனமாக வெளியே எடுத்து தன் கண்ணெதிரே உயர்த்திப் பிடித்துப் பார்ப்பாள். முக்கால் அளவு நிரப்பிய தெளிந்த நீரில் இரண்டு சிறிய பழுப்புநிற மீன்கள் வேகவேகமாக நீந்திக் கொண்டிருக்கும். திரும்பி அம்மாவைப் பார்த்து ஒருமுறை சிரிப்பாள். சிரிப்பாக இல்லாமல் அது ஒருவித இளிப்பாகவே அவள் முகத்தில் விரியும். அவளது கண்களில் மின்னும் மகிழ்ச்சிக் கீற்றுதான் அவளகத்தில் விரிந்த உவகையை உரைக்கும்.

மீன்களுக்கு ஏதோ சமாதானம் சொல்வது போல, செல்லமாக முணுமுணுத்து விட்டு அதை உள்ளே வைப்பாள். உடனே, மற்றொரு நீர் மூட்டையை வெளியெடுப்பாள். அதற்குள் சின்ன ஆமை தன் உயிர்ப்பை நிரூபிப்பது போல தனது குட்டைக் கால்களை மெலிதாக, சாவகாசமாக ஆட்டியவாறே நீந்தும். யாரும் கவனிக்கிறார்களா என்று ஆராய்வது போலச் சுற்றிலும் ஒருமுறை பார்வையைச் சுழற்றுவாள். ஆனால், எதையும் தெளிவாகக் கண்டுணராத ஒரு மேம்போக்கான பார்வையாகவே அது இருக்கும். ஆமையை மீண்டும் ஒரு முறை கண்விரியப் பார்ப்பாள். சட்டென்று கவனம் கலைந்தவளாக பை 'க்குள் பொதியைப் பத்திரமாக வைத்து விடுவாள். ஆனால், இன்று அவள் மடியில் பையில்லை.

தனக்குத் தானே பேசிக்கொள்வது, திடீரென்று உரக்க எதையாவது கத்துவது போன்ற புஜ்ஜியின் செய்கைகள் கண்டிப்பாக சுற்றியுள்ளோரைச் சற்றே துணுக்குற வைக்கும். அவளுக்கு ஆங்கிலம் தெரியுமா என்றே தெரியவில்லை. எப்போதுமே சீனத்தில்தான் பேசுவாள். அம்மாவைப் பார்த்து ஓர் ஆமோதிப்பு, எரிச்சல், அல்லது அதட்டல் நிச்சயம் அவ்வப்போது இருக்கும். பெரும்பாலும் அம்மாவிடமிருந்து எந்த ஓர் எதிர்வினையுமே இருக்காது. பேருந்துக்குள் தனது இருப்பை உறுதி செய்பவளாக புஜ்ஜி எதையேனும் சொல்லிக் கொண்டே இருப்பாள். பிறர் கவனத்தை ஈர்க்கும் முயற்சி போலவே இருக்கும். இருப்பினும், அவளை யாரேனும் திரும்பிப் பார்ப்பதை அவள் கொஞ்சங்கூட விரும்புவதில்லை. அது அவள் முகத்தில் படரும் கடுகடுப்பில் வெளிப்படும்.

புஜ்ஜி அவனை முறைத்தாள். ஏனென்று புரியாமல் விழித்தான். திடீரென்று தாயைப் பார்த்து மிக உரக்கக் கத்தியதும் ஓட்டுநர் முன்னால் பொருத்திய கண்ணாடி வழியாக அவளைப் பார்த்தார்.

அந்தக் கத்தல் தனக்கானது என்றே உள்ளூர உணர்ந்தான். அடுத்த சிந்தனை எழும் முன்னர் கத்திக் கொண்டே தன் இடக்கையை உயர ஓங்கிக் கொண்டு அவனை நோக்கிப் பாய்ந்தாள் புஜ்ஜி. இரண்டே எட்டில் அவள் முன்னால் வருவதற்குள் அவனது கற்பனை மின்னல் பாய்ச்சலாகப் பறந்தது. ஓங்கி அறையத் தான் போகிறாள் என்று அதிர்ந்தான். ஆனால், அம்மா இழுத்ததையும் மீறி அவனருகில் வந்தவள் அவனது மணிக்கட்டில் தன் செல்லக் குழந்தையை அடிப்பதுபோல பாசாங்கு செய்யும் தாயின் மென்மையுடன் லேசாகத் தட்டிவிட்டு, ஓங்கி அறைந்த திருப்தி முகத்தில் விரிந்தவளாக, எதையோ முணுமுணுத்துக் கொண்டு தன் இருக்கைக்குத் திரும்பினாள். பெரியதொரு கடலலை ஒன்று சடாரென்று குறுகி சின்னசிறு நீர்த்துளியென கன்னத்தில் விழுந்தது போலிருந்தது அவனுக்கு. சரேலென்று உள்ளுக்குள் ஓர் ஆசுவாசம்.

ஏன் இன்று இத்தனை ஆத்திரமும் ஆக்ரோஷமும்? அடிக்கடி பார்த்த முகம் தானே, அறைந்துவிடப் பாய்ந்து விட்டாளே என்று எண்ணிக் கொண்டே சுற்றிலும் பார்த்தபோது பலரது பார்வை தன்மீது இருப்பதை உணர்ந்து நெளிந்தான்.

அடிக்கும் முன்னர் இருந்த அவளது கத்தலும் அடித்த பிறகு இருந்த கத்தலும் முற்றிலும் வேறு மாதிரி. அடிக்கும் முன்னர் கத்தலில் வெறும் கோபமும் ஆக்ரோஷமும் மட்டுமே. அடித்த பிறகோ, ''என்னைய என்னன்னு நெனச்ச. சும்மா விடமாட்டேன், ஆ... மா,'' என்பது போன்ற தாழ்ந்திழைந்த தொனி விநோதமாகத் தெறித்தது.

முன்னால் உட்கார்ந்து அவள் கோபத்தை மேலும் எதற்காகக் கூட்ட வேண்டும் என்று தோன்றியதால், எழுந்து பின்னிருக்கையில் போய் உட்கார்ந்து கொண்டான். எதிர் இருக்கையில் அவன் முகத்தைக் காணாது மீண்டும் கத்திக் கொண்டே பாய்ந்து கிளம்பியவள் அவனிருக்கும் இடம் தெரியாதவளாக உயர்த்திய கையுடன் இடமும் வலமும் முகத்தை நீட்டிப் பார்த்தவாறே தேடி வந்தாள். அவனது தோளில் ஒருமுறை தட்டிவிட்டு பேருந்தின் ஆட்டத்தில் அசைந்தாடிக் கொண்டே அம்மாவுக்குப் பக்கத்தில் போய் உட்கார்ந்தாள். அம்மா கண்டித்ததெல்லாம் அவள் காதில் விழுந்ததாகவே தெரியவில்லை.

''தொலச்சிருவேன், தொலச்சு,'' என்ற தொனியில் ஏதேதோ புலம்பியவள் குரலில் யாரையோ ஓங்கி அடித்துவிட்ட லேசான குற்றவுணர்வும் குழைந்தது.

அடுத்த நிறுத்தத்தில் ஏறிய மலாய்க்காரருக்குப் பின்னால் ஓர் இளம் இந்தியத் தாய் தன் இரண்டு வயது மகனுடன் புஜ்ஜியின் கத்தலை ஒருவித மிரட்சியுடன் அவதானித்தபடி ஏறியதும், அவளுக்குப் பின்னால் ஒரு சீன யுவதி சுவாதீன மிடுக்குடன் ஏறினாள்.

மற்றவரை விட்டுவிட்டு இந்தியப் பெண்ணைத் திரும்பிப்பார்த்து புஜ்ஜி கத்தியது உட்கார்ந்திருந்தவர்களும் உணரக்கூடியதாக இருந்தது. அம்மா சமாதானமாகவும் அதட்டலாகவும் கூறிய

சொற்களுக்கு ஒரு பலனுமில்லை. யாரோ கொடுத்த இடத்தில் அவ்விளம் தாய் உட்காரவே காத்திருந்தவள் போல மீண்டும் கத்திக் கொண்டே பாய்ந்து வந்தாள் புஜ்ஜி. அருகில் போய் அவளது மணிக்கட்டில் மெத்தென்று ஒரு முறை தட்டிவிட்டு ஓங்கி அறைந்த பெரும்திருப்தியுடன் இருக்கைக்குத் திரும்பினாள். சுற்றியிருந்தவர்களின் பார்வையை உணரத் தவறிவிடும் அளவிற்கு அந்தப்பெண் அதிர்ச்சியில் மகனை இறுக அணைத்தபடி சமைந்திருந்தாள்.

''மீன் விக்கற கடைய மூடிட்டாங்க. ப்ச், இனி இவள வெளியக் கூட்டிட்டு வர முடியாது,'' என்று இந்திய ஓட்டுநரிடம் சொல்வது போல பொதுவாக, லேசான குற்றவுணர்வோடு புஜ்ஜி அம்மா சொன்னது மெக்ஃபர்சன் சாலை முதல் நிறுத்தத்தில் இறங்கியவன் காதில் விழுந்தது.

தீராநதி -ஏப்ரல் 2014

புலியூரின் ஓவியங்கள்

வட்ட மேசையைச் சுற்றி ஏழெட்டு நாற்காலிகள். இடைவெளிவிட்டு அமர்ந்திருந்த மூவரும் எதிரே நின்ற நான்கு ஓவியங்களை வெறித்தனர். ''ரெண்டத் தேர்ந்தெடுக்கறதுல பெரிய பிரச்சனை இல்ல. இதுல எதுன்றதுல நமக்கு நேரமாகும் போல. இது புரியற மாதிரி அது புரில, அதான் யோசிக்க வேண்டியதா இருக்குது,'' என்று உலகநாதன் முடிக்கும் முன்னர், ''நமக்குத் தெரிஞ்சத அப்டியே தரணும்னா அப்புறம் படைப்பு எதுக்கு, போட்டி தான் எதுக்கு?'' - என்று சிடுசிடுத்தான் பித்தன்.

இருவருக்குமிடையே சட்டென்று சமரசத்தைக் கொணரும் முயற்சியில், ''அதோ ஒரு சின்ன ஸ்ட்ரோக் தெரியுது பாருங்கய்யா, மஞ்சளும் கறுப்புமா... ம்?'' என்றார் அம்மணி.

''ரொம்பவே உத்துப் பாக்க வேண்டிதா இருக்குது. ஆனா, இதப் பாருங்க. கொழந்தைக்கி கூடப் புரியும். மொத்த கேன்வாஸுமே புலிதான். எவ்ளோ எங்கேஜிங்கா இருக்கு. புலிமேல அதோ அந்த செருப்புக்கால் ஒண்ணு போதுமே. ப்பா, ஆயில்வேற, வெரி இண்ட்ரஸ்டிங்,'' பித்தனுக்குப் பிடிக்கும் என்று கருதி வலுவில் ஆங்கிலம் கலந்தார் தூய தமிழ்ப்பற்றாளர் உலகநாதன்.

''அத சரியாப் பாக்கக் கூட இல்ல நீங்க.'' பித்தன் முறைத்தான்.

‘‘பாத்தாச்சி. எங்களுக்குப் புரிலயே. புரியற மாதிரி இருக்க வேணாமா, ஒரு படைப்பு?’’ - இழுத்தவாறே கூறிய உலகநாதன் தலையைச் சொறிந்தார்.

‘‘செமி அப்ஸ்ட்ராக்ட் சார்.’’

‘‘புலிவாலே கண்ணுக்குத் தெரியாம இருக்கறதா?’’

‘‘ஓவியத்தப் பாக்க வரவங்க மூளையக் கழட்டிவச்சிட்டு வரமாட்டாங்க சார்.’’

‘‘நா வந்துருக்கேன்றீங்களா?’’

‘‘மன்னிக்கணும் சார், நாஅப்டி சொல்லல.’’

‘இதான் புலியூர் பரிசுக்குத் தகுதியா எனக்குப் படுது. என்ன சொல்றீங்க அம்மணி நீங்க?’

வேகமாகத் தலையாட்டி ஆமோதித்த அம்மணியைத் திருப்தியுடன் கவனித்தவாறே, ‘‘என்ன ஒண்ணு, புலிய அவன் அடிச்ச மாதிரி இல்லாம புலி அவன அடிச்ச மாதிரி இருந்தா இன்னும் கூட நல்லாருக்கும்,’’ என்றார்.

‘‘எல்லாத்துலயும் புலியவே தேடணுமா?’’ - கடுப்பான பித்தன் விடுவதாக இல்லை.

‘‘என்ன அப்டி கேட்டீங்க? நாளைக்கே மன்றத்துல எதும் பிரச்சினைன்னா... யாரு பதில் சொல்றது? என்ன தானே கூப்டுவாங்க’’

‘‘ஓவியத்த தானே நாம மதிப்பிட வந்திருக்கோம்?’’

‘‘அரசன் கொடுக்கறநிதிலதானே மன்றம் போட்டியவே நடத்துது?’’

‘‘மேலிடமே கொள்கைகள மாத்திக்கிட்டாலும் இப்டி காலங்காலமா மனசுக்குள்ள மாத்திக்காம பழச பொத்திப் பொத்தி வச்சிக்கறதாலதான் முன்னேற்றம் இல்லாம இப்டி இருக்கோம்.’’

‘‘ரிஸ்க் எடுக்க முடியாதில்ல. புரிஞ்சிக்கங்க தம்பி.’’

‘‘அப்டின்னாஇந்தப்போட்டிக்கே அர்த்தமில்ல சார்.’’ பித்தன் எழுந்தான்.

‘‘என்ன இப்டி அதிரடியாச் சொல்றீங்க?’’

‘‘குறியீட்டுப் படைப்புகளுக்கான காலமாசார் இது?’’ - அதே புள்ளியிலேயே விலகாமல் நின்றான் பித்தன்.

‘‘அதான் தம்பி என்னைக்குமே நெலச்சி நிக்கும். இப்ப நாங்கள்லாம் இல்ல?’’

‘‘எப்டி? நமக்கு நாமே திட்டமா?’’

‘‘எனக்கெல்லாம் என்னைக்கும் ஒரே மதிப்பீடுதான். என்னால மாத்திக்க முடியாது.’’

‘‘மாத்திக்காம இருக்கறதுல ஒரு பெருமயா? உலகளவுல வேணாம். அட் லீஸ்ட் வட்டார அளவுலயாச்சும் காலத்துக்கு ஏத்த மாதிரி முன்னேற வேணாமா?’’

‘‘முன்னேற்றம்னு எதச் சொல்றீங்க?’’

‘‘அந்த ஓவியத்துல தயிர்சாத வாசம் உங்க மூக்க ரொம்பத் துளைக்குதோ? பரிசு கொடுக்காம இருக்க உங்களுக்குச் சின்னச் சின்னதா, சின்னத்தனமான எவ்ளோ காரணங்கள், ம்?’’

‘‘தம்பி, வார்த்தைய அளந்து பேசுங்க.’’

நாசூக்காக இருமுறை கதவைத் தட்டிவிட்டு முறுவலுடன் மூன்று காப்பிக் கோப்பைகளைச் சிறு தட்டில் ஏந்திவந்து மேசைமீது வைத்துவிட்டு முறுவலோடு திரும்பிச் சென்றார் மன்ற ஊழியர்.

‘‘முன்ன நகராம உறைஞ்சு அப்டியே நின்னாக் கூட பரவால்ல. பின்னோக்கித்தான் போவேன்னு அடம் பிடிச்சா கலை வெளங்கிரும். இதுக்குப் பரிசு கொடுத்துத் தூக்கி மேல வச்சீங்கன்னா, புலியூர் படைப்புலகம் குறித்த பார்வை வெளில எப்டி இருக்கும் தெரியுமா?’’ என்றான் பித்தன்.

''அதப்பத்தின அக்கற எங்களுக்கும் இருக்கு.''

''இருக்கற மாதிரி தெர்லயே.''

''வயசுக்காச்சும் மரியாததரணும் தம்பி நீங்க.''

''அதே அக்கறைல இன்னும் ஒண்ணு சொல்லிக்கறேன் சார். இதுக்குப் பரிசு கொடுத்தா புலியூர் முழுக்க இதே போலத் தட்டையா, மேம்போக்கான குறியீட்டுப் படைப்புகளா நெறைய மொளைக்கும். ஆர்வக் கோளாறுகள்தான் நெறையவே இருக்கே நம்மூர்ல. போட்டி முடிவுகள் ஆரோக்கியமான பாதைய அமைக்க வேணாமா?''

''குடும்பத்தயும் பார்த்துகிட்டு வியாபாரத்துக்கு நடுவுல, ஒத்தக்கால்லயே நின்னு, ராத்தூக்கம் முழிச்சி ரொம்பக் கஷ்டப்பட்டு வரஞ்சிருக்காருங்க இத. தெரியுமா?''

''சரி, உங்க வாதத்துக்கே வரேன். மத்தவங்கள்லாம் கஷ்டமே படாமதான் வரஞ்சாங்கன்றீங்களா?''

''என்ன கஷ்டப்பட்டாங்க?'' என்றார் அம்மணி காப்பியை உறிஞ்சி விட்டு.

''நீங்களே இப்டிக் கேட்டா நா என்ன சொல்ல? பிள்ளைகளப் பெத்து வளக்கறதுல எவ்ளோ கஷ்டங்கள் இருக்கும்?''

''ஆனா, இவரு பட்ட கஷ்டத்தையெல்லாம் மேடையோ மேசையோ மைக்கோ கெடச்சா விலாவாரியா விரிச்சு எவ்ளோ அழகா எல்லார்கிட்டயும் உருக்கமா ஒண்ணுவிடாம பகிர்ந்துப் பாரு, தெரியுமா? அந்தம்மா எதையாச்சும் வெளிய வெளிப்படையாச் சொல்லிருக்காங்களா?'' உலகநாதன்.

''ஆனா, அதுக்கான தேவை என்ன?''

''சமூக ஊடகங்கள்ல தினமும் கொறஞ்சது ரெண்டு தடவ தன்னோட, தன் புத்தகத்தோட படத்த பதிவிடுவாரு. எவ்ளோ உழைப்பு, என்னவொரு ஈடுபாடு, தெரியுமா?''

‘‘மாத்திட்டாங்களா? அதுக்கெல்லாம் இப்ப இதான் பேரா?’’

‘‘ஆனா, அவங்க இதே மாதிரி நல்லா ஏர் கண்டிஷன்ல இருந்துக்கிட்டு வசதியா வரயறாங்க.’’

முகமெல்லாம் சிரிப்புடன் மிக ஆர்வமாகக் கையுயர்த்திய படி குறிக்கிட்ட அம்மணி, ‘‘வீட்ல பிள்ளைக வைக்கிற மிச்சம் மீதிய சாப்டு சாப்டு கொழுத்து குண்டாகறாங்க. அதவிட்டீங்களே அய்யா...’’

சடாரென்று நாற்காலியில் இருந்து பாய்ந்து எழுந்த பித்தன், ‘‘படைப்ப மதிப்பிடறதுக்கு உங்கள உக்கார வச்சா எதையெதையோ பேசறீங்க? முன்னாடி நாலு எழுத்து இல்லன்னா பின்னாடி மூணு எழுத்து போட்டுக்க மட்டுமே சொல்லிக் கொடுத்திருக்கா உங்க உயர்கல்வி? இல்ல, தெரியாமத்தான் கேக்கறேன், அவங்க பருமனா இருந்தா உங்களுக்கென்ன, ஒல்லியா இருந்தா உங்களுக்கென்ன? நாம என்ன அழகிப் போட்டியா நடத்தறோம் இங்க?’’ என்றவாறே அறையை விட்டு வெளியேறி விடலாமா என்று எண்ணினான்.

‘‘எல்லா எடத்துக்கும் கார்லயே போய்வராங்க. வசதி இருக்கறவங்களுக்கே எதுக்குப் பரிசுப் பணத்தக் கொடுக்கணும்? அதோட அவங்க வேலைக்கும் போகல.’’ என்றார் அம்மணி தணிந்த குரலில்.

‘‘நாமல்லாம் செய்றமே, கூலிக்கு மாரடிக்கறது. அதத்தானே சொல்றீங்க. ஆனா, வேலைக்கிப் போறவங்கதான் படைப்பு அனுப்பணும்னு விதிமுறைல இருக்கா?’’ குரலை உயர்த்தினான் பித்தன்.

‘‘இல்ல. ஆனா அவங்க தன் படைப்பபத்தி பெரிசா பெருமிதப்படறதில்ல.’’

‘‘பெருமிதம் இருந்தா அத பொதுவிடத்துல கூச்ச நாச்சமில்லாம கடைப் பரப்பணும்னு சட்டமா, என்ன?’’

‘‘சொந்த அனுபவத்த அவங்க வரயறதில்ல. காட்டுக்குப் போகாமயே காட்டுச் சூழல தீட்டறாங்க. இதுல கூட’’ என்ற

அம்மணியின் பக்கம் திரும்பிய பித்தன், ''போனமாசம் பிள்ளை வளர்ப்பு பத்தின புத்தகம் எழுதி வெளியிட்டாங்களே குஷ்புவக் கூப்ட்டு ரொம்பக் கோலாகலமா? அந்தம்மாவுக்கென்ன பிள்ளையா குட்டியா?'' எரிச்சலில் குரலை உயர்த்தினான் பித்தன்.

''ஏன் கோபப்படறீங்க?'' - என்று அம்மணி கேட்டது அவர் காதுக்கே கேட்கவில்லை.

''மரணம் பத்தி கவிதை எழுதினாரே பெரியவரு, நீங்களும் ஆஹா ஓஹோனு ஒரேயடியாத் தூக்குனீங்க, அவரு என்ன செத்துப் போயிட்டு திரும்ப வந்துதான் அந்தக் கவிதைய எழுதினாரா?''

''ரொம்பப் பேசறீங்க,'' என்றார் அம்மணி.

''சரி, சரி விஷயத்துக்கு வாங்க.'' உலகநாதன்.

''சார், எந்தச் சூழல்ல வரஞ்சாங்க, என்ன மாதிரியான பின்புலம் படைப்பாளிக்கு வாய்க்குதுன்றதெல்லாம் போட்டி விதிமுறைகள்ள.''

''இல்ல.''

''அப்ப எதுக்கு சார் அந்தப் பேச்சு?''

''அவருக்குக் கொடுக்கக் கூடாதுன்னு நீங்க நெனைக்கறதுக்கு என்ன காரணம்னு சொல்லுங்க தம்பி.''

''இதுல புதுசா ஒண்ணுமே இல்ல சார். இதுபோல கடந்த நாற்பதாண்டுகள்ல பல்லாயிரம் பெயிண்டிங்க்ஸ் வந்திருக்கு. இன்னொண்ணு அனுப்பினாரே, கருப்பு வெள்ளைன்னு ஏதோ ஒரு சப்பக் காரணம் சொல்லி, நா அவ்ளோ சொல்லியும் அத தேர்வுப் பட்டியலுக்குக் கூட கொண்டு வரவிடல நீங்க. நெஜமாவே தனித்துவ ஆக்கம் அது. இதுக்குப் பரிசு கொடுத்தா அவருக்கே அதிர்ச்சில மயக்கம் வந்துரும்.''

''அவரு அதிகம் வரையலன்ற காரணமா?''

''நெறைய, கொறையன்னு நா நெனைக்கல்ல. சொல்லப் போனா யாரோடதுன்னு கூட நெனைக்கல. அப்டியெல்லாம் நெனைக்க வேணாம்ன்றேன்.''

''நெறைய வரஞ்சவங்களோடதெல்லாம் சிறந்ததா இருக்கணும்னு இல்லயே தம்பி. கொறச்சலா வரஞ்சவங்களோடதெல்லாம் மோசம்னும் இல்ல.''

''ரொம்பச் சரி. அதே போல கொறச்சலா வரஞ்சவங்கன்றதாலே அவங்க படைப்பு சிறந்ததுன்ற முன் முடிவும் சரியில்ல. நெறைய வரஞ்சிட்டாங்க, பேரெடுத்துட்டாங்கன்றதாலேயே ஒரு கலைஞர ஒதுக்கறதும், இருட்டடிப்பு செய்யறதும் முறையே இல்ல.''

''புதுசாவும் ஆட்கள் வரணும்ல தம்பி''

''ஆமா, கண்டிப்பா வரணும். ஆனா, ஏற்கெனவே அனுபவமும் அங்கீகாரமும் இருக்கறதே தப்பா?''

''அவங்களுக்குதான் நெறைய கவனங்கள் கெடச்சாச்சே.''

''அப்டின்னா புதுக் கலைஞர்களுக்கு மட்டும்னு போட்டி விதிமுறைல இருக்கணுமே சார்.''

''அவங்க நிரந்தரவாசி.''

''குடிமக்கள் மட்டும்தான் கலந்துக்கணும்னு விதிமுறைல..,''

''இல்ல. நிரந்தரவாசியும் பங்கேற்கலாம்னுதான் இருக்கு. ஆனா, ஒத்தக் கால்லயே நின்னு ராத்திரியெல்லாம் கண் முழிச்சு வரயறதுன்றதெல்லாம் சும்மாவா, நீங்களே சொல்லுங்க? வீடியோகூட எடுத்துருக்காங்க.''

''கொழந்தைய இடுப்புல வச்சிகிட்டே வரஞ்சாங்க, காய் வெட்டிகிட்டே, வீட்ட மெழுகிக்கிட்டே, இட்லி மாவாட்டி கிட்டு, தோச சுட்டுக்கிட்டே மிகக் கடுமையா யோசிச்சாங்கன்னு அவங்களும் சொல்லிக்கலாமா?'

‘‘ம், சொல்லட்டுமே... ஏன் சொல்லல?’’

‘‘படைப்புன்றது மட்டுமே அவங்களுக்கு முக்கியமா படுது. அதான் வெளிய சொந்தப் பிரச்சனையச் சொல்லிக்கறதில்ல. அதுகூடப் புரில உங்களுக்கெல்லாம். டாய்லட்ல ஒக்காந்து வரையறதா, முட்டிபோட்டு கிட்டே வரையறதா, ஜட்டியோடவரையறதா, இல்ல அதுவுமில்லாம வரையறதான்றதெல்லாம் அவங்கவங்க தனிப்பட்ட விருப்பம், வசதி சார். அதயெல்லாம் வெளிய பெருமையாவோ புலம்பலாவோ சொல்ல வேண்டிய அவசியம் தான் என்ன?’’

‘‘அவங்க ‘‘நியூட்’’லாம் வரையறாங்க, தெரியுமா?’’ - அம்மணி தழைந்த குரலில்.

‘‘அதனால?’’ - பல்லைக் கடித்தான் பித்தன்.

‘‘அதயெல்லாம் விடுங்க. அந்தம்மா உங்களுக்கு ஒரு வணக்கம்கூட சொல்லாது. ஆனா, இவரு நற்றமிழ் விழா மேடைல உங்கள எவ்ளோ பாராட்டிப் பேசினாரு.’’ உலகநாதன்

‘‘அதெல்லாம் வேற சார். நாங்கேக்கறது இதான். ஒரு படைப்பாளி வெளிப்படையா இருக்கணும்னு போட்டி விதிமுறைல இருக்கா?’’

‘‘நீங்க என்ன, எப்பயும் அதையே கேக்கறீங்க? உங்களுக்கு விதிமுறைகள் கொடுக்கப்படலயா?’’

‘‘படைப்பை மதிப்பிடும் போது படைப்பாளியப் பத்தி ஏன் இழுக்கறீங்கன்றேன்.’’

‘‘படைப்பாளி இல்லாம படைப்பு ஏது தம்பி? படைப்பாளி முக்கியம்தானே?’’

‘‘இல்ல படைப்பு உருவான கணத்துல படைப்பாளி மறைஞ்சிரணும்.’’ - பித்தன்

‘‘ஙே’’ என்று விழித்தார் உலகநாதன்.

‘‘விடுங்க, நா உங்களக் கஷ்டப்படுத்த விரும்பல. உங்களுக்குப் புரியாது. ஆனா, போட்டித் தேர்வின் போது இதையெல்லாம் கணக்குல எடுத்துக்கப் போறோம்னா அதிகார பூர்வமா விதிமுறைல இருக்கணும்ல, அதான் திரும்பத் திரும்பக் கேக்கறேன்.’’

‘‘இதுக்குத்தான் இந்தாள நடுவர் குழுல எடுக்க வேணாம்னேன். பொருத்தமாதான் வச்சிருக்கான் பேரு. இளம் தலைமுறை வேணும்னீங்கல்ல, நல்லா அனுபவிங்க..,’’ அம்மணி காதில் கிசுகிசுத்தார் உலகநாதன்.

‘‘வாரா வாரம் நேரம் ஒதுக்கி மேச போட்டு கூட்டம் கூட்டி எவ்ளோ பேசறாரு தெரியுமா அவரு? நெறைய பேரக் கூப்ட்டு கூடிப்பேச வாய்ப்பும் ஏற்படுத்தறாரு.’’

ஏடு கட்டிய காப்பியை வெறித்தவாறே, ‘‘ம்... ம்... வெட்டி வம்புண்ணு கேள்விப்பட்டேன்.’’ என்றான் பித்தன்.

‘‘ஒரு நிகழ்ச்சி விடாமப் போவாரு.’’

‘‘இப்ப நாம செஞ்சிட்ருக்கற வேலைக்கி அதெல்லாம் எதுக்கு?’’

‘‘என்ன உபசரிப்பு தெரியுமா?’’

‘‘ஓஹோ,’’ என்றான் பித்தன் அலுப்புடன்.

‘‘கண்மூடி மெய்மறந்து நொடி நொடியா ரசிச்சி எல்லாரையும் உபசரிக்க புலியூர்ல அவர விட்டா வேற ஆளே கெடையாது, தெரியுமா?’’

முகமெல்லாம் பூரிப்புடன் அம்மணி, ‘‘ஆமா, தேர்வுப் பட்டியல்ல தன் படைப்பு வந்திருக்குன்ற செய்திய போன மாசம் என்கிட்ட ஃபோன்ல சொல்லி கேவிக் கேவி அழுதுட்டாருங்கய்யா,’’ என்றார்.

பித்தன் இடையில் புகுந்து, ‘‘அப்ப ஒண்ணு செய்வம். இன்னொருத்தங்க இருப்பாங்களே மூக்குக் கண்ணாடி போட்டு கிட்டு சிரிக்கச் சிரிக்க உரக்கக் கத்திப் பேசுவாங்களே சார், பேசாம அவங்க

ஓவியத்துக்குக் குடுத்துருவமா? அவங்க ரொம்ப நல்லா பேசுவாங்கன்னு காரணமும் எழுதிடுங்க,'' என்று இடக்காகக் கேட்டான்.

''அதெப்டி? தேர்வுப் பட்டியல்லயே இல்லயே அது... அது ரெப்ளிக்கா, ஒரிஜினல் இல்லயே.''

''ம், அதாவது தெரியுதே, சந்தோஷம். ஒரு சந்தேகம் சார். நடுவர்கள் சொந்த விருப்பு வெறுப்ப காட்டக் கூடாதுன்னு காலைல நீங்கதான பிரீஃப் பண்ணீங்க, இப்ப நீங்களே எதையெதையோ சொல்றீங்களே சார்.''

''அதெல்லாம் ஒரு சடங்குதானே தம்பி. நாம பலதையும் ஆராய வேண்டியிருக்கில்ல.''

''சரி, இந்த ஓவியத்த அவங்களும் கஷ்டப்பட்டு கழிவறைல அம்மணமா, ஒத்தக்கால்ல நின்னு தூக்கம் முழிச்சி வரஞ்சாங்கன்னு ஆதாரத்தோட மைக் பிடிச்சி சொன்னா, அவங்க ஓவியத்துக்குப் பரிசுக்குரிய தகுதி வந்திருமா?''

''விதண்டாவாதம் பேசறீங்க.''

''நீங்க மட்டும் அவரு ஒத்தக்கால்ல நின்னு வரஞ்சாருன்னு அதயே முக்கியத் தகுதி போலச் சொல்றீங்க.''

''உண்மங்க. காணொளி பாக்கறீங்களா?''

''ஏதும் சாதனைக்கா?''

''என்ன?'' என்ற உலகநாதன் முகத்தில் சலிப்பு.

''இல்ல, ஏதும் உலகசாதனைக்கான்னு கேட்டேன்.''

''இந்தப் போட்டிக்காகத் தாங்க ஒத்தக் கால்லயே நின்னு வரஞ்சிருக்காரு.''

'' ஆனா, சாகசம் காட்டணும்னு விதிமுறைல இல்லையே.''

‘‘அந்தம்மாவும்தான் அலுக்காம வரையறாங்க, போட்டிக்கு அனுப்பறாங்க. அதான் நாலாவது முறையா தேர்வுப் பட்டியல் வரைக்கும் கொண்டு வந்திருக்கோமே,’’ என்றபடியே தன் கைப்பேசியை நோண்டினார் உலகநாதன்.

‘‘அடடா, எவ்ளோ பெருந்தன்மை! நேரடியாவே என் முடிவச் சொல்லிர்றேன். அந்த ஓவியத்துக்கு இந்த முறை புலியூர் பரிசு கொடுக்கணும்.’’

‘‘அவங்களுக்குக் கொடுத்தா, முழுத்தொகையும் இல்லாம, வெறும் ஊக்கப் பரிசா வேணா கொடுக்கலாம்.’’

‘‘ஏன்?’’

‘‘அவங்களுக்கு இல்லாத வசதியா?’’

‘‘இதெல்லாம் அநியாயம் சார். ஓவியத்த மதிப்பிடறதத் தவிர மத்த எல்லாத்தையுமே பேசறீங்க. உங்களோட சேர்ந்து நானும் பேசிட்ருக்கேன்றத நெனச்சா எனக்கே என் மேல ஆத்திரமா வருது. சரி, வசதி இல்லாதவங்க மட்டுமே கலந்துக்கணும்னு..,’’

‘‘இல்ல. விதிமுறைல இல்ல. ஆனா, அவங்களோடதுக்குப் பரிசு கொடுத்தம்னா இதுவரைக்கும் கொடுக்கப்பட்ட படைப்புகள் தனியா நிக்கும். ரொம்ப தனிச்சு தெரியும். அப்பட்டமா சொல்லணும்னா பளிச்னு ரொம்பவே விகாரமா பல்லிளிக்கும். என்னோடதும் சேர்த்துதான்.’’

‘‘த கேட் இஸ் அவுட் ஆஃப் த பேக். இப்ப சொன்னீங்களே, இது, இதான் உண்மையான காரணம். உங்களுக்கே தெரிஞ்சிருக்குன்றது எனக்குக் கொஞ்சம் ஆறுதலா இருக்கு.’’

‘‘ஐய்யயோ, இல்லல்ல. நா ஒரு வாதத்துக்கு சொன்னேன். ஒடனே உங்க வசதிக்கிப் பிடிச்சிக்காதீங்க.’’

‘‘வெளியூர் நடுவர் கருத்தையும் கணக்குல எடுக்கணும்ல?’’

''அதெல்லாம் சும்மா கண்துடைப்பு தானே தம்பி. ஜிகுஜிகுன்னு பட்டுப் புடைவை நகையெல்லாம் சாத்திகிட்டு அந்தம்மா உல்லாசமா பூலியூர் வந்து இறங்கி, அங்கங்க நின்னு சகஜமாப் பேசிட்டு வந்த மாதிரியே நலுங்காம திரும்பிப் போய்ருவாங்க. வசதிக்கித் தானே வேற யாரையும் நாம கூப்டறதில்ல. யார் படைப்புக்குக் கொடுக்கறோம்னு ஒரு சின்னச் சீட்ட எழுதி அவங்க கையில திணிச்சி மேடைக்கி அனுப்பினா முடிஞ்சது. இப்ப நாம எடுக்கறதுதான் முடிவு'

'நீங்க எடுக்கறதுன்னு சரியாச் சொல்லுங்க சார்,' பித்தன் எரிச்சலுடன் எழுந்தான். 'பரிசுகளையும் அங்கீகாரங்களையும் அவங்க ஏன் பொருட்படுத்தறதே இல்லன்னு இப்பப் புரிஞ்சிருச்சு எனக்கு,'' என்றவாறே அறையை விட்டு விறுட்டென்று வெளியேறினான்.

சலனமே இல்லாத நான்கு ஓவியங்களும் அதே இடத்தில் உறைந்தவாறு வெறித்தன.

தீராநதிஏப்ரல் 2015

சூதாடியின் வாரிசுகள்

எட்டு மணிநேரம் நின்றுகொண்டே பார்க்கும் இந்த வேலைக்கு மாற்றாக நல்ல ஒரு வேலை கிடைத்தால் பரவாயில்லை என்று எப்போதும் போல நினைத்துக் கொண்டே அனு வீட்டை அடைந்தாள். கால்கள் இரண்டும் கெஞ்சின. கிராதிக் கதவு பூட்டப்பட்டிருக்கவில்லை. அம்மா ஆழ்ந்து உறங்குகிறாள் போல என்று எண்ணிக்கொண்டே சாவியைப் பொருத்தி வீட்டுக் கதவை மெதுவாகத் திறந்தாள்.

மதியத் தூக்கத்திற்கான ஏற்பாடுகள் மிகத் திருத்தமாக அமைந்திருக்க அரையிருளில் கிடந்தது கூடம். கடும் வெயிலில் வந்ததால் சில நொடிகளுக்கு அவள் பார்வையில் துலக்கமில்லை. தயங்கியவாறே குனிந்து இடப்புறம் கையை நீட்டி கூடத்து விளக்கைப் போட்டாள். அம்மாவைக் காணோம். சின்னுவைத் தூங்க வைத்து விட்டு கடைக்குப் போய்விட்டாளா என்ன? அறை நடுவே கிடந்த இரு தலையணை, பாய் போர்வைகளிலிருந்து விலகி மூலையில் தனியே சுவரோடு சுருண்டு கிடந்தது சின்னு வெறுந்தரையில். போர்வைகளை கிடுகிடுவென்று மடித்துச் சுருட்டி ஒன்றன் மேல் ஒன்றாக எடுத்தடுக்கி சுவரை ஒட்டி வைத்தாள். திரைச்சீலைகளை விலக்கி சன்னல்களை விரியத் திறந்துவிட்டு விளக்கை அணைத்தாள். சின்னு லேசாகச் சிணுங்கி மறுபுறம் திரும்பிப் படுத்தது.

''சுட்டுக்கிட உனக்கு வேற எடமே கெடைக்கிலயா?'' அறைக்குள்ளிருந்து தெளிவாகக் கேட்டது டாக்சிக்காரன் குரல். அறை உட்புறம் சாத்தப்பட்டிருந்ததை அப்போதுதான் கவனித்தாள் அனு.

கூடத்தில் தூங்கிக் கொண்டிருந்த சின்னுவைத் தவிர வேறு யாருமில்லை என்ற தைரியத்தில் அம்மா குரலைத் தாழ்த்தாமலே, ''நா ஏதோ வேணும்னே சுட்டுக்கிட்ட மாதிரி பேசற?'' என்றாள்.

''எப்டிலா? அதுவும் அங்க போய்?'' ஆண்குரலில் லேசான சிரிப்புத் திட்டு.

''தாளிக்கும்போது திடீர்னு கடுகு பொரிஞ்சி வெடிச்சிருச்சு,'' என்ற அம்மாவின் குரலில் சுருதி இறங்கியது.

அறைக்கு வெளியே நின்று கேட்ட அனுவுக்கு ஒருபுறம் குறுகுறுப்பு, இன்னொரு புறம் கூச்சம். முதல்முறை அறிவதென்றால் அல்லவா அதிர்ச்சி ஏற்படும். அப்போதைக்கு வீட்டை விட்டு வெளியேறிப் போய்விடுவதா என ஒரு கணம் தடுமாறினாள். லேசான வெறுப்பு, எரிச்சல். அறைக்குள் அடுத்த சில நிமிடங்களுக்கு ஏதேதோ சத்தங்கள். 'பட்டப்பகலில் இப்படியா? இதையெல்லாம் யார் கண்டிப்பது?'

''கவனம்.''

''ம்.''

''என்ன அலட்சியம்?''

''இல்லயே.''

''இல்ல, ஏதோ இருக்கு.''

''வேற என்ன பிள்ளைங்க பிரச்சின தான். சின்னவனுக்கு இருமலே சரியாக மாட்டேங்குது. பெரியவனுக்கு ஒரு லேப்டாப் வாங்கணும். நானும் இதோ அதோன்னு சொல்லிட்டே இருக்கேன். படிக்கற பிள்ள பாவம் கேட்டுட்டே இருக்கான்...''

''சொல்லி வச்சிருக்கம்மா. நல்லதா வரும்போது ஒண்ணு வாங்கிரலாம்.''

''பழசான்னு சண்ட பிடிக்காம இருக்கணும் அவன்''

''அதிருக்கட்டும், இருபது வருஷமா சமச்ச உனக்கு இன்னுமா சுட்டுக்காம சமைக்கத் தெர்ல?''

மௌனம்.

''ஏன் ஒண்ணுமே சொல்ல மாட்ற?''

''என்ன சொல்லணும்?''

''இல்லலா, இன்னைக்கி நீ ஏதோ சரில்ல. கௌம்பறேன். காலைல பேசுவோம்.''

சட்டென்று பாய்ந்து துண்டை எடுத்துக் கொண்டு குளியலறைக்குள் புகுந்து கொண்டாள் அனு. ஐந்தாவது நிமிடத்தில் அம்மா வாயிற்கதவை அடைத்துவிட்டு சமையற்கட்டில் பாத்திரத்தை உருட்டும் ஓசை கேட்டது.

குளியலறையில் நீர் கொட்டும் அரவம் கேட்டு குளியலறைக் வாசலில் வந்து நின்று, ''நீ எப்ப வந்த அனு?'' என்று அம்மா கேட்டாள்.

தண்ணீரை நிறுத்தி விட்டு, ''இப்பதான் வந்தேன்.'' என்று விட்டு குளியலைத் தொடர்ந்தாள்.

வளரும் பிள்ளைகள் பிறரைப் பார்த்து ஏதேனும் கேட்கும் போதுதான் இயலாமையும் அது கொணரும் எரிச்சலும் அம்மாவை எப்போதும் வருத்தும். ''ரெண்ட்டல் ஃப்ளாட், பாக்கெட் மணி ஃபண்ட், எடுகேஷன் ஃபண்ட்ஸ்னு உதவிகள் இல்லையென்றால் நெலமை என்னவாகியிருக்கும்'' என்று யோசிக்குந்தோறும் தலைசுற்றும். ''அதுங்களுக்கும் ஆசையிருக்கும்ன்றது புரியுது, ஆனா என் கஷ்டமும் புரியணும்ல'' என்று ஆதங்கப்படும் போதெல்லாம் சக்திதான்

அம்மாவுக்கு ஆறுதலாகவும் செலவுக்குப் பணம் தருபவனாகவும் இருந்தான்.

''பையன ஸ்கூல்ல கொண்டு விடவா?'' ''மார்க்கட்டுக்குக் கூட்டுப் போகவா?'' என்று வந்து நிற்பான். ஆனால், வரவர அவன் முகத்தைக் காணவே பிள்ளைகளுக்குப் பிடிப்பதில்லை. என்ன சொன்னாலும் தம்போக்கிலே சென்றனர். இயலாமையில் அம்மா கத்துவது அன்றாட நிகழ்வானது. இரைச்சலும் எரிச்சலும் இல்லாதிருக்கும் அம்மாவைப் பிள்ளைகளுக்கு அடையாளம் தெரிவதேயில்லை. ஏதும் உடல் நலமில்லையோ என்று கூட அஞ்சினர்.

பிள்ளைகளின் தகப்பன் அனைத்தையும் சூதாடிச் சூதாடி இழந்தான். தாக்குப் பிடிக்க முடியாமல்தான் ஏழாண்டுகளுக்கு முன்னர் அம்மா விவாகரத்து பெற்றிருந்தாள். இன்னமும் சூதாட்டத்தை விடமுடியாதிருந்தவனுக்கு இப்போதெல்லாம் பிள்ளைகள் நினைப்பு அரித்தது போல. சமீப காலங்களில்தான் அவ்வப்போது வந்தான். வாசலில் நின்றவாறே பேச முயன்றான். நின்று பேசாமல் பிள்ளைகள் எதிர்த்திசையில் ஓடின. மாதம் எழுநூறு வெள்ளி அலிமனி பணத்தை மூன்று நான்கு தவணைகளில்தான் கொடுப்பான். அதனால், செலவுகளைத் திட்டமிடுவதில் எப்போதுமே அம்மாவுக்குப் பிரச்சினை இருந்து வந்தது. ஏன் இன்னும் பணம் போடவில்லை என்று அழைத்துக் கேட்கலாமென்று நினைத்து அழைத்தால் கைப்பேசியை எடுப்பதேயில்லை. எங்கே இருப்பானோ என்னதான் செய்வானோ. அம்மாவுக்குள் ஆத்திரம் பெருகும். அவனுடைய அம்மாவை அழைத்து அவர் மூலம்தான் கேட்பாள்.

அனு, ''அம்மா,'' என்றபடி ஏதோ முக்கிய விஷயம் சொல்ல ஆயத்தமாகும் முனைப்பில் சமையற்கட்டு வாயிலில் வந்து நின்றாள்.

ஆய்ந்து வைத்திருந்த கீரையை அரிந்து கொண்டே, ''என்ன?'' என்றாள் அம்மா சாதாரண தொனியில்.

''கம்பெனிக்கு வரவேணாம்னு சொல்லும்மா,'' என்றாள் அனு.

‘‘யார?’’ என்று திரும்பாமலே கேட்டாள் அம்மா. கண்ணைக் கசக்கிக் கொண்டே முகத்தில் வழிந்த கேசத்துடன் அங்கே வந்து நின்றது சின்னு.

‘‘இதோ, இந்த குட்டிப் பிசாசோட அப்பாவதான்.’’

இடைவெளிகளுடன் இருந்த பால்பற்களைக் காட்டியபடி சின்னு, ‘‘அக்கா,’’ என்று அனுவைப் பார்த்து முகம் விரியச் சிரித்தது.

சடாரென்று திரும்பி முறைந்து விட்டு, ‘‘ஏன்? வந்தா என்ன? தெனமும் டாக்சில வீட்டுக்கு வரக் கசக்குதோ? நைட் ஷிஃப்ட் இருக்கும் போது போய் அனுவக் கூட்டு வான்னு நாந்தான் சக்திகிட்ட சொல்லிருக்கேன்.’’ கடந்த மாதங்களில் சக்தி வண்டியை அருகில் நிறுத்தியதும் ஒரு சொல் பேசாது பின்னிருக்கையில் ஏறி வீடு வந்து சேர்ந்தவள்தான் அனுவும்.

பிள்ளை தரித்து விடாமல் பார்த்துக் கொள்ள வேண்டும் என்ற பாடத்தை அம்மாவுக்குக் கற்பிக்கவென்றே சக்திக்குப் பிறந்த கடைக்குட்டி சின்னு பாலர் பள்ளிக்குப் போகிறாள். மிகவும் சுட்டி. மனைவி பெற்றுத் தராத மகள் என்று சின்னு மீது ஒருவித கண்மூடித்தனமான ஒட்டுதல் சக்திக்கு. ‘‘இந்த சின்னுவும் என்னைய ஏன் அங்கிள்னு கூப்டுது,’’ என்று பலநாட்கள் கேட்டுச் சலித்து படிப்படியாக நிறுத்தி விட்டான். ஆனால், சின்னு மாற்றிக் கொள்ளவில்லை. நல்லவன் தான். அவனுக்குக் குடும்பம் இல்லாதிருந்தால் அம்மாவை மணம் முடிக்கவும் தயாராகவே இருந்தான். ஏற்கெனவே இரண்டு மகன்களும் மனைவியும் இருப்பதால் தொடக்கத்திலேயே திருமணம் முடியாதென்றான். அம்மா விவாகரத்துப் பயணத்தின் வலிகளையும் பிரச்சனைகளையும் அறிந்தவள். ஆகவே, இப்படியே ஓடட்டும் என்று அவளும் இருந்தாற்போலத் தெரிந்தது.

‘‘பஸ்ல வரேன். இல்லன்னா வேற டாக்சி பிடிச்சி வந்துக்குவேன்.’’

‘‘அதுக்கு வேற பத்து பன்னண்டு வெள்ளி...’’

அம்மா வாக்கியத்தை முடிக்கும் முன்னரே, ''பரவால்ல. காசு போனா போகட்டும். ஆனா, வர வேணாம்,'' என்றாள் அனு.

''திமிருடி உனக்கு,'' என்றவாறே அம்மா எட்டி உயர இருந்த உப்பு ஜாடியை எடுத்தாள்.

அண்மைக் காலங்களில் பையன்கள் இருவரும் கமுக்கமாக சக்தியைத் தவிர்க்க, அனு பகிரங்கமாகவே விலக்கினாள். மூவரும் ''அங்கிள்'' என்று கூப்பிடுவதை படிப்படியாக நிறுத்தியிருந்தனர்.

''எல்லாரும் ரொம்ப கேலி பண்றாங்கன்றேன். பார்வையாலயே அவமானப் படுத்தறாங்க.''

கடைந்து கொண்டிருந்த கீரையில் வைத்த பார்வையை விலக்காமலே, ''கேலியா? என்ன அவமானம்?'' என்று கேட்ட அம்மாவின் மேல் அனுவுக்கு எரிச்சல் மண்டியது.

''வரவேணாம்னு சொல்லு, அவ்ளோதான்'' - சொல்லதில் விடாப்பிடியாக நின்றாள் அனு.

''அப்டி என்னடி பேசறாங்க?'' என்று இரைந்தாள் அம்மா.

அம்மாவின் கத்தலைக் கேட்டு தாழ்வாரத்தில் கடந்து போன பக்கத்து வீட்டுச் சீனப் பெரியவர், ''மறுபடியும் ஆரம்பிச்சிட்டாங்கய்யா,'' என்பது போல தலையைச் சலிப்புடன் ஆட்டிக் கொண்டே நகர்ந்து சென்றது சன்னல் வழியாகத் தெரிந்தது. அவர் பின்னால் தடதடக்கும் ஓசையுடன் வண்டியைத் தள்ளிக் கொண்டே சென்ற கராங்குனி சன்னல் வழியாக, ''பழைய பேப்பர் ஏதாச்சும் இருக்கா?'' என்று சைகையில் வினவியதைக் கண்ட அனு பதில் ஏதும் சொல்ல முடியாமல் குளங்கட்டிய கண்களால் வெறித்தபடி நின்றாள். காராங்குனி சலிப்போடு அவ்விடம் விட்டு விலகிச் சென்றார்.

விட்ட இடத்தில் தொடர்பவளாக, ''ரொம்பத் தப்பாப் பேசறாங்கம்மா,'' என்றாள் அனு.

''தப்பாப் பேச என்னடி இருக்குது?''

''தப்பா இருக்கறத தப்பாதானே பேசுவாங்க?''

அம்மா சடாரென்று திரும்பி, சற்றும் எதிர்பாராத கணத்தில் இடது கன்னத்தில் ஓங்கி ஓர் அறை விட்டதும் விதிர்விதிர்த்துப் போனாள் அனு. கண்ணீர் குளங்கட்டிய அம்மாவின் அனல் முறைப்பு அவளுக்கு புதியதல்ல. ஆனாலும், ஒருகணம் மிரட்டவே செய்தது அது.

சுதாரித்தவாறே கன்னத்தில் கைவைத்துக் கொண்டு பல்லைக் கடித்தவாறு உரக்கவே கூறினாள். ''கோவம் எனக்கும் வரும்.'' அடுத்த கணத்தில் பெருகிய கண்களைத் துடைத்துக் கொண்டாள்.

''இப்ப எதத் தப்புன்றேன்?'' என்று கத்திக் கேட்ட அம்மாவை என்ன செய்வதென்றே தெரியவில்லை அனுவுக்கு.

''உனக்கு ஒண்ணுமே தெரியாதில்ல? அக்கம்பக்கம் எல்லாரும் பேசறதையெல்லாம் கேட்டுக் கேட்டு உனக்கு எல்லாமே மரத்துப் போச்சு.''

''வரவர வாய் உனக்கு ரொம்பவே நீளுது அனு.''

''வாம்போவ விட்டு வேற எடத்துக்காச்சும் குடிபோவோம்னா அதையும் யோசிக்க மாட்டன்ற. உனக்கு நாங்க வேணுமா இல்ல அந்தாளு வேணுமானு மொத முடிவெடும்மா.''

''நாம் போடற சோத்தயே தின்னுட்டு என்கிட்டயேவா? உனக்குப் புடிக்கலைன்னா நீ போடி வீட்ட விட்டு வெளிய. அப்டியே உன் தம்பிகளயும் கூட்டுப்போ.''

கூடத்தில் நின்ற தம்பிகளை பகிரங்கமாகக் கூட்டிக் கொண்டு அனு வெளியேறுவாள் என்று கொஞ்சங்கூட அம்மா எதிர்பார்க்கவில்லை. அவளைப் பேசவே விடாமல் மூவரும் விடுவிடுவென்று வெளியேறி விட, இரவெல்லாம் செய்வதறியாது தவித்தாள். வீட்டைப் பூட்டிக் கொண்டு பின்னால் ஓடியவள் கண்களில் படவில்லை. அனு

கைத்தொலைபேசியை அணைத்து விட்டாள். எங்கே போனார்கள் என்று ஒன்றுமே பிடியில்லை. கடந்து சென்றவர்கள் பேயறைந்தாற் போலிருந்த அவள் முகத்தை ஆராய்ந்தனர். அப்போது தான் குளங்கட்டியிருந்த கண்ணீர் கன்னங்களில் இறங்கியதை அம்மா உணர்ந்தாள். பிள்ளைகளின் தகப்பன் கைபேசியை அழைத்தால் எடுக்கவேயில்லை. என்ன செய்வதென்றே புரியவில்லை.

தூக்கம் வராமல் சின்னு எது கேட்டு அருகில் வந்தாலும், சிடுசிடுத்துக் கொண்டிருந்தாள். ''அக்கா எங்க?'' என்று கேட்ட சின்னுவை ஒன்றும் சொல்லாமல் வெறித்தாள் அம்மா. சக்தியை அழைத்தாள். ஆனால், அவனும் எடுக்கவில்லை.

காலையில் அவனே அழைத்தபோது விஷயத்தைச் சொல்லி கட்டுப்படுத்த முடியாமல் அழுதாள் அம்மா. ''அப்புறமா வெல முடிஞ்சி கூப்டுவோம்னிருந்தேன். சுத்தமா மறந்து தூங்கிட்டேன். நீ இப்ப எதுக்கு இவ்ளோ டென்ஷனாவுற, எங்கப் போயிருவாங்க? அவங்கப்பா, இல்லைன்னா பாட்டி வீட்டுக்குதான் போயிருப்பாங்க. தேடுவோம். அஞ்சே நிமிஷத்துல வர்றேன்,'' என்றான். கீழே காத்திருந்த சின்னுவையும் அம்மாவையும் ஏற்றிக் கொண்டு சாலைக்குள் வந்த சக்தி, ''அனு வளருதில்ல, அதான். இனி நா வர்ல. ஒண்ணும் கவலப்படாத. ஸ்கூல்லயே போயி சின்னுவப் பாத்துக்குவன்,'' என்றான் மறுபுறம் சாலையைப் பார்த்தபடி.

வாதினி - பிப்ருவரி 2015

புலியூர் வந்த காவலன்

யார் என்றே பிடி கிடைக்காமல், மதி என்று யாரைத் தெரியும் நமக்கு என்று யோசித்தவாறே, ''முதல் தடவ புலியூர் வரீங்களா?'' என்று கேட்டு உரையாடலை அப்போதைக்கு நீட்ட முயன்றாள் ஜனனி.

''ஏழெட்டு வருஷத்துக்கு முன்ன வந்தேன். நாம கூட பேசிருக்கோம் மேடம். என்னோட பெயிண்டிங்ஸ் எக்சிபிஷன் கூட நடந்திச்சே,'' என்று சொல்லச் சொல்ல அப்படியே சடசடவென்று காட்சிகள் வரிசை பிசகாமல் மனதுக்குள் மேலெழுந்தன.

அதே வாரத்தில் நடந்த வேறொரு நிகழ்ச்சியில் நாலைந்து பேருக்கு நடுவில், ''உங்க ஹஸ்பண்ட் ஊர்ல இல்லன்னீங்க, அதான் உங்கள அழைக்கல'' என்று மதி அவளிடம் சொன்னதும், ''அவரு எப்டியும் வரமாட்டாரு. எனக்குதான் இண்ட்ரஸ்ட். நீ போயிட்டு வான்னுவாரு,'' என்றுதான் கூறியதும் ''உங்கள மட்டும் எப்டி கூப்டன்னு,'' என்று மதி தன் பார்வையைத் தூர எறிந்ததும், ''ஏன்?'' என்று அவள் கேட்டாள். 'நியூட் பெயிண்ட்ங்ஸ் எக்சிபிஷன்றதால,'' என்று குரலைத் தாழ்த்திக் கொண்டு கூறியதும், ''புரில,'' என்றஅடுத்த கணத்தில், ''அம்மணி மேடம் ஹஸ்பண்டோட வந்தாங்க,'' என்றான். குபீரென்று ஜனனிக்குள் கிளம்பிய கோபம் கண்ணை மறைத்தது. ''கலைஞன்னு சொல்லிக்க உனக்கெல்லாம் வெக்கமால்ல?'' என்று கொலைவெறியுடன் நாக்கு

நுனிவரை வந்த சொற்களை அப்படியே சுருட்டி விழுங்கியவாறு அவ்விடம்விட்டு அகன்றாள்.

அந்தக் கோபத்தின் சூட்டை ஆண்டுகள் அணைத்து விட்டிருந்த போதிலும் அந்த உரையாடல் அவளுக்குள் ஏற்படுத்தியிருந்த மனிதர்களின் மீதான ஏமாற்றம் என்னவோ அப்படியே கல்லெழுத்தாகியிருந்தது.

''ம், ஞாபகமிருக்கு,'' என்றவளுக்கு உரையாடலைத் தொடரவே துளியும் விருப்பமில்லை. மன்னித்து மன்னித்துப் பழகிய மனம் சிறுமைகளை மறந்துவிடேன் என்று அலறியது.

பேருந்து விரைவுச் சாலையில் விரைந்து கொண்டிருந்ததால், சரியாகக் கேட்கவுமில்லை. ''ஒரு காணொளி நேர்காணலுக்கு'' மதியின் வாக்கியம் பாதியிலேயே பட்டென்று துண்டிக்கப்பட்டது. இணைப்புதானாக அறுந்ததும் நல்லதாகப் போயிற்று என்று அப்படியே விட்டாள்.

ஜனனிக்கு நேர்காணல் என்றாலே ஒவ்வாமை ஏற்பட்டு ஈராண்டுகளுக்கு மேலாகின. காணொளி நேர்காணல் ஒன்றை முறையாக எடுத்து, 'எடிடிங் செய்வீங்களா?' என்று எடுத்தவரிடமே கேட்டாள்.

''ம், கொஞ்சம் இருக்கும்,'' என்றார் அந்த இளைஞர்.

''காட்டு வீங்களா?''

''பெரிய கட்டிங் எதுவும் இருக்காது. கொஞ்சம் மிக்ஸிங் செய்வேன்.''

''எப்ப அப்லோட் பண்ணுவீங்க?''

''அஞ்சாறு மாசமாகும். அதுக்குமுன்ன காட்டணும்னா காட்றேன் மேடம்.''

''எதுக்கும் காட்டிருங்க.''

''சரி.''

''நன்றி.''

ஒரே மாதத்தில் இணையத்தில் ஏற்றியதும் இல்லாமல் புதுமை என்ற பெயரில் சில கேள்வி பதில்களை முன்னும் பின்னும் கலைத்துப் போட்டதில் தொடர்ச்சி தொலைந்ததும் இல்லாமல் அவள் கொடுத்திருந்த சில பதில்களுக்கு புதிய பொருள்கள் ஏற்பட்டது போலுணர்ந்தாள்.

''ஏங்க காட்டல?'' என்றுகேட்டதற்கு, ''அடடா, மறந்திட்டேன். பாத்தீங்களாமேம்? நல்லா வந்திருக்கில்ல?'' என்று ஒரே பரவசத்துடன் படபடவென்று பேசினார். எதையும் புரிந்து கொள்ளும் மனநிலை அவருக்கு இருக்கவில்லை. ஆகவே, அதை அத்துடன் சலித்துப் போய் கைவிட்டாள்.

***

மாலையில் மீண்டும் மதி அழைத்தபோது, ஜனனி வீட்டில் இருந்தாள்.

சுற்றி வளைக்காமல், ''எப்ப எடுக்கலாம்?'' என்று நேராக விஷயத்துக்கு வந்தான்.

''பேட்டியெல்லாம் தேவையான்னு பாக்கறேன்,'' என்றாள் பிடிகொடுக்காமல்.

''எல்லாப் படைப்பாளியையும் எடுத்துட்டு உங்கள மட்டும் எடுக்கல்லன்னாலும் நல்லா இருக்காதே,'' என்றான்.

''வீடியோன்றீங்க. அதான்..,'' என்று வேறு விதமாகத் தவிர்க்க முயன்றாள்.

அது புரியாமல், ''இப்ப நீங்க பேசற மாதிரி பேசினாவே போதும். வழக்கமா எப்ப வரைவீங்க, உங்களுக்குப் பிடிச்ச ஓவியர் யாரு,

அண்மையில நீங்க சீனாவுல வாங்கின விருது பற்றி, இப்டி ரொம்ப எளிமையான கேள்விகள் தான். எப்ப எடுக்கலாம் சொல்லுங்க.''

''நிறைய பேர் இருக்காங்களே, அவங்களயெல்லாம் எடுக்கலாமே,''

''எல்லாரையுமே சந்திச்சாச்சி, எடுத்தாச்சு. நீங்களும் அம்மணி அம்மாவும்தான் மிச்சம். அவங்க இன்னைக்கி சாய்ந்தரமே வரச் சொல்லிருக்காங்க. கண்டிப்பா ஸ்டுடியோ லைட்டிங்லாம் வேணும்னிட்டாங்க,'

''பித்தன்?''

''முடியவே முடியாதுன்னு மறுத்துட்டாரு. அவர சம்மதிக்க வைக்க வேற ஒருத்தர் மூலமா டிரை பண்ணேன். ஆனா, நடக்கல. விட்டேன். நா நாளைக்கே வேற கிளம்பறேன்,''

''மறுபடியும் எப்ப வருவீங்க?''

''தெர்ல, அதனாலதான் எடுத்துருவோம்னு..,''

''அடுத்த தடவ எடுக்கலாமான்னு கேக்க நெனச்சேன்.''

''மறுபடியும் வருவனான்னே தெர்ல. ஒரே தளத்துல எல்லாக் காணொளிகளயும் ஆவணப்படுத்தறோம்.''

''கொஞ்சங் கொஞ்சமா இப்பதான் ரிகவர் ஆகிட்ருக்கேன்.''

''என்னாச்சி?''

''டெங்கி வந்து ரொம்ப முடியாம இருந்தேன்.''

தொடர்பே இல்லாமல் திடீர் உற்சாகத்துடன், ''ரொம்பவே மாறிடுச்சு உங்க ஊர்,'' என்ற மதியின் குரலில் செயற்கையானதோர் ஆச்சரியம் இழையோடியது.

''என் கொழந்த ரொம்ப அழுகும் முன்ன அவள கவனிக்கணும். சாரி, இன்னும் கொஞ்ச நேரத்துல கூப்டுவேன், சரியா,'' என்று சொல்லி அப்போதைக்குத் துண்டித்தாள்.

❖❖❖

பத்து நிமிடங்களில் மீண்டும் தொலைபேசி அடித்த போது ஹரிணி அவள் மடியில் அமர்ந்து பால் குடித்துக் கொண்டிருந்தாள். அவளுடைய அமைதியைக் குலைத்து விடாமல், மதியாக இருக்கும் என்றெண்ணிக் கொண்டே எடுத்துப் பார்த்தாள் ஜனனி. உலகநாதன் அழைத்திருந்தார்.

"வணக்கம்மா. நலமா இருக்கீங்களா?"

"நல்லாருக்கேன். நீங்க நலமா அய்யா?"

"ம், ஓடுது. வயசாகுதே. எதுக்கு அழைச்சன்னா, மதி இப்பதான் கூப்டாரு. ஜனனி மேடம் ரொம்பத் தயங்கறாங்க, கொஞ்சம் சொல்லுங்கய்யான்னு தம்பி ரொம்பக் கேட்டுக்கிட்டாரு."

"கொஞ்சம் முன்னதான் பேசினோம்."

"ஆவணப்படுத்தற ஆர்வத்துல ரொம்ப சிறப்பாச் செய்றாரும்மா. எல்லாரையும் எடுத்துட்டாரு. கண்டிப்பா நீங்களும் பேட்டி கொடுக்கணும். புலியூருக்குப் பெருமதானே. நாமெல்லாரும் ஒருத்தருக்கொருத்தர் ஒத்தாசையா இருக்கணும்ல, ம்? உங்கள அழைச்சுப் பேசச் சொல்றேன். சரியாம்மா? நல்லது," என்ன சொல்வதென்றே புரியவில்லை ஜனனிக்கு.

தொடையிலிருந்து பாதம் வரை கனத்துக் கிடந்தது. உடல் முழுவதும் முறுக்கிக் கொண்டு வலித்தது. மாதாந்திரத் தொல்லை வரக்கூடிய அனைத்து அறிகுறிகளும் தெரிந்தன. ஹரிணி ஒத்துழைத்தால், அவளைத் தூங்க வைத்துவிட்டு தானும் குட்டித் தூக்கம் போடலாமா என்று மனம் கணக்குப் போட்டது. ஹரிணியோ தூக்கத்தின் சுவடே இல்லாமல் உற்சாகமாகப் பளிச்சென்று அவளைப் பார்த்துச் சிரித்தாள்.

❋❋❋

ஐந்தாவது நிமிடத்தில் மதி அழைத்தான். ''என்ன செய்லாம்? எப்டியும் இன்னைக்கி முடியாது. நாளைக்கி ஒன்பது மணிக்கி நா ஆஃபிஸ்ல இருக்கணும்,'' என்றாள் தயங்கியவாறே.

''எட்டு மணிக்கா வர முடிஞ்சா உங்க அலுவலகத்துலயே..,''

''அது சரியா வருமா?''

''கேன்டீன், லவுஞ்ச் இப்டி எங்காச்சும்...''

''ஒரு மணிநேரம் முன்னாடி கிளம்பணும்னா ராத்ரியே சில ஏற்பாடுகள் செஞ்சி வச்சிக்கணும், அதான் யோசிக்கறேன்''

''கேமராவ ராத்திரியே சார்ஜ் எல்லாம் போட்டு நானும் தயாரா வச்சிர்றேன்.''

''ரொம்பக் கேக்கறீங்க, அதான் ஒத்துக்கறேன். காலைல ஆஃபிஸ்கு ஒன்பதுக்கு வந்துருங்க. எஸ்எம்எஸ்ல அட்ரஸ் அனுப்பறேன். கண்டுபிடிக்கறது ஈசிதான். நகர மண்டபத்துக்குக் கிட்டதான் இருக்கு''

''தேங்ஸ் மேடம்.''

''நா ஏதாச்சும் ப்ரிப்பேர்டா..?''

''விருப்பம்னா மேக்கப் போடலாம்.''

''பழக்கமில்ல.''

''அப்பசரி.''

இரவு கவிழும் முன்னரே அறிகுறிகளோடு நின்று விடாமல் தொடங்கிவிட்டது உதிரப் போக்கு. அடுத்த மூன்று நாட்களைத் தள்ளும் சவாலுக்குத் தயாரானாள் ஜனனி.

***

ராத்திரியே தொடங்கிவிட்டது திங்களை வரவேற்கும் காலைப் பரபரப்பு.

காய்வெட்டிக் கொண்டே கிரைண்டரில் ஒரு கண் வைத்தாள்.

"நாளைக்கி சீக்கிரமாக் கிளம்பணும்பா," கூடத்தை எட்டிப் பார்த்துச் சொன்னாள்.

"வொய்? அதுவும் திங்கக்கிழம?" கூடத்திலிருந்தே கூவினான் ஆனந்த்.

"ஏதோ இண்டர்வ்யூ எடுக்கணுமாம்."

"குட்டிய ஸ்கூலுக்குத் தயார் பண்ற வேலை என் தலைலயா?"

"வேறவழி இல்லப்பா, ப்ளீஸ். நா டாக்சி எடுத்துப் போய்க்குவேன். நீ என்ன டிராப் பண்ண வேணாம்."

"சரி. எந்த பேண்ட், எந்த ஷர்ட்னு சொல்லு. ஐயன்ர் போடப் போறேன்."

"கறுப்புப் பேண்ட், கிரேஸ் ட்ரைப்ட் ஷர்ட் அலமாரில மடிச்சி வச்சிருக்கேன், எடுத்துக்கோ."

"ஓகே, இங்கயே வீட்டுக்கு வந்து உன் பெயிண்டிங்செல்லாம் பேக் ட்ராப்ல வச்சி நல்லா, அழகாவே எடுத்திருக்கலாம்."

"முன்னாடியே தெரிஞ்சிருந்தா செய்லாம். என்னைய விட்டா அடுத்த மூணு நாளைக்கி சோறு தண்ணிகூட வேணாம்னு தூங்குவேன்."

"அதுக்குள்ள ஒரு மாசமாச்சா. மறக்காம மாத்திர எடுத்து ஹேண்ட் பேக்ல வச்சிக்க ஜனனி. நெக்ஸ்ட் டைம் பாத்துக்கலாம்னு சொல்லிடேன் பேசாம."

"ரொம்பவே அவாய்ட் பண்ணப் பாத்தேன், தெரியுமா? வேற வழியில்லாம ஒத்துக்கிட்டேன். இதுல சிபாரிசு வேற. என் சொல்லுக்கு மதிப்பில்லையான்னு பெரியவர் என் முகத்துக்கு நேராவே எல்லார் முன்னாடியும் பட்னு கேட்ருவாரு."

***

அடுத்தநாள் காலையில் டாக்சி வளாகத்திற்குள் நுழையும் போதே நீலமும் வெள்ளையுமாக உடையணிந்து முகமெல்லாம் பல்லாகக் கையாட்டிய நின்ற மதியைப் பார்த்து விட்டாள் ஜனனி. பெரிய வெள்ளை பற்கள் தெரியச் சிரித்தான். அவளும் புன்னகைத்தவாறே கையசைத்தாள்.

கைப்பையைத் திறந்து கட்டணம் செலுத்திவிட்டு கதவைத் திறந்து டாக்சியிலிருந்து நிதானமாக இறங்கினாள். கதவை அடித்துச் சாத்திவிட்டு இடுப்பில் வெட்டிய வலியை அடுத்து காலிடுக்கில் ஒழுகியதையெல்லாம் மறந்து கனிவான புன்னகையை முகத்தில் பூசிக்கொண்டு திரும்பும்போது மதிமுகத்தில் அதுவரை இருந்த புன்னகை பட்டென்று மறைந்திருக்கக் கண்டாள். அவன் முகத்தில் விநோத வெறுமை படர்வதையும் உணர்ந்தாள். முகபாவனையில் ஏதோ மாற்றம்.

காலை இளவெயில் இதமாக இருந்தது.

''ஹலோ.''

''வணக்கம்.''

''கேன்டீன் போயிருவோமா? பிரேக் ஃபாஸ்ட் முடிச்சிட்டீங்களா?''

''இல்ல, இங்கயே..,''

''இந்த வெளிச்சம் போதுமா?''

உள்ளே நுழைந்து இருக்கைகளில் அமர்ந்தனர்.

பையைக் குனிந்து திறந்து கொண்டே பேச்சைத் தொலைத்தவனாய்த் தடுமாறினான். ஏதோ யோசனை அவன் நெற்றியில் சன்னக் கோடுகளாக விரிந்தது. திருப்பித் திருப்பிப் பார்த்துத் திறக்க முயன்றவனாக, ''ஷட்டர் திடீர்னு தெறக்கமாட்டேங்குது,'' என்றான்.

‘‘பொறுமையாப் பாருங்க.’’

‘‘இப்ப உள்ள ஆர்டிஸ்ட்டுகள்ல யாரோட வொர்க்ஸ் உங்களுக்குப் பிடிச்சிருக்கு?’’

‘‘கேசவ், ஜீவா, இப்டி நிறைய பேரோடது பிடிக்கும்.’’

‘‘வேற?’’

‘‘ம், அப்புறம், செல்வம்.’’

‘‘பாளையங்கோட்டைல இருக்காரே, அவரா?’’

‘‘செமி அப்ஸ்ட்ராக்ட் நல்லா செய்றாரில்ல, அவரு.’’

‘‘சண்முக வடிவேல்?’’

‘‘ரொம்ப முக்கியமான வரவாச்சே. ஆமா, கேமராவுக்கு என்னாச்சி?’’

‘‘அதான் தெர்ல. எப்பயுமே இப்டி ஆனதில்ல,’’ என்றான்.

வாசலில் பார்வையைச் செலுத்தினாள் ஜனனி.

✱✱✱

கைத்தொலைபேசியில் குறுஞ்செய்தியைக் கவனித்தாள்.

‘பாலைக் குடிக்கமாட்டேன்னு குட்டி ஒரே அடம்’ ஆனந்த் அனுப்பியிருந்தான்.

‘குடிச்சாளா?’ என்று தட்டிவிட்டாள் ஜனனி.

‘அம்மாதான் குடுக்கணும்னுஒரே அழுக, விசும்பல்’

‘குடிச்சாளா?’

‘பாதிகுடிச்சா. பஸ்ல ஏத்தி விட்டாச்சி. ஏதாச்சும் சாப்டியா?’

‘இனிமேதான்’

"உங்க ஆஃபிஸ் எத்தனாவது மாடி?" திடுமென்று கேட்ட மதியின் முகத்தை நிமிர்ந்து பார்த்து, "பதினொண்ணாவது," என்றாள்.

கையில் கருவி வேலை செய்யாததற்கும் அவன் கேட்ட கேள்விக்கும் என்ன தொடர்பு என்று அவள் மனம் ஆராய்ந்தது.

"இதுக்கு என்னாச்சின்னே தெர்ல"

மறுபடியும் அப்பிடியும் இப்பிடியும் திருப்பினான்.

"மொபைல்ல கூட எடுக்கலாம். ஆனா, எப்டி வருமோ?"

"என்னோட தும் பிக்சல் ரொம்பக் கொறவுதான்," என்றான்.

"நேரமாவுதே எனக்கு."

"ஆமால்ல..," என்றவன் மனத்தில் ஓடுவது எதையும் படிக்க முடியவில்லை அவளால். மணி எட்டே முக்காலைத் தாண்டிவிட்டது.

"தெறக்க முடியலையா?" என்று கேட்டாள்.

"நல்லா சிக்கிட்ருக்கு. ஏழெட்டு வருஷமா யூஸ் பண்றேன். ஒரு தடவகூட இப்டி ஆனதே இல்ல"

"இப்ப என்ன செய்லாம்?"

"இன்னும் ஒரு மணி நேரத்துல நா ஏர்போர்ட்ல இருக்கணும்."

"ஓ."

"அடுத்த தடவ எடுப்பமா?"

"இதையே தானே நேத்து உங்ககிட்ட அவ்ளோ தூரம் திரும்பத் திரும்பச் சொன்னேன்."

"ரொம்ப சாரி மேடம்."

"நா மேல போறேன், பை," என்றவாறே எழுந்து கொண்டாள் ஜனனி. அனைத்தையும் மறந்து சட்டென்று புன்னகைத்த மதியின்

முகத்தில் கவிழ்ந்த ஆசுவாசமும் இயல்பு நிலையும் அவளுக்குப் புதிராக இருந்தன.

கையாட்டி விடைபெற்றுக் கொண்டு மின்தூக்கிக்குள் நுழைந்தவளைப் பார்த்தபடி கண்ணாடித் தடுப்புக்கு மறுபுறம் நின்ற இடத்திலிருந்தே புது உற்சாகத்துடன், "மேடம்," எனது அழைத்ததும் மின்தூக்கிப் பொத்தானை அழுத்தியவள் திரும்பினாள்.

"அடுத்த தடவ சேல கட்டிட்டு வந்தீங்கன்னா சிறப்பாக எடுத்தர்லாம்," என்றதும் பளேரென்று வாளி நிறைய பனிக் கட்டிகளை முகத்தில் அடித்தது போல உணர்ந்தவள், திறந்து கொண்ட மின்தூக்கிக்குள் அனிச்சையாக நுழைந்தாள். 'பொடவக் கடைக்கில்ல போயிருக்கணும் நீங்க. புலியூர்லயே இருக்கே சேலக் கடை...," என்று அடியாழத்திலிருந்து சீறிப் புறப்பட்ட ஜனனியின் சொற்கள் கதவு சாத்திக் கொண்டதால் பாதி வெளியேயும் மீதி உள்ளேயும் உதிர்ந்தன.

தீராநதி-அக்டோபர்-2015

இந்து அவதியாணு

''அப்டியே கீழ உருண்டா எப்டி இருக்கும்?'' என்று சுமி முணுமுணுத்ததைக் கேட்டதுமே முதுகுத் தண்டில் சில்லிட்டது.

''ஏய், தள்ளி வா,'' என்றபடி பள்ளத்தாக்கைப் பார்த்துக் கொண்டு நின்றவள் கையைப் பற்றிப் பின்னுக்குச் சடாரென்று இழுத்தேன். ''ஐயோ சுமி, ரவிக்கு நான்ல பதில் சொல்லணும்.''

''நாலஞ்சி மாசத்துக்கு அழுதுட்டு பேசாம வேற கல்யாணம் செஞ்சிகிட்டு கொழந்தையப் பெத்துக்குவாரு.''

''கொற உன்கிட்டன்னு முடிவே பண்ணிட்டியா?''அசட்டுச் சிரிப்பு சிரிந்தாள்.

படகுத் துறையை நோக்கி நடந்தோம்.

''டீ எஸ்டேட் பச்சை வெல்வெட்டுக் கம்பளமா பசேல்னு இருக்கில்ல.'' படகுச் சவாரிக்கு டிக்கெட் எடுத்தோம்.

''ஆள் சேக்க வேணாம். நாம ரெண்டு பேர் மட்டுமே போவோமே,'' என்றாள் கெஞ்சும் பாவனையில் முகத்தை வைத்துக் கொண்டு. முன்னால் நின்ற இளம்பெண் கையில் வைத்திருந்த ஐந்தாறு மாதக் குழந்தையையே பார்த்துக் கொண்டிருந்தாள்.

சிலுசிலுவென்று வீசிய காற்று முகத்தில் மோதி கேசத்தைக் கண்டபடி கலைத்தது. ''மாட்டுப்பெட்டி அணைன்னு ஏன் இதுக்குப் பேரு வச்சிருக்காங்க?''

திரும்பி வந்த படகுகளைப் பார்த்தபடியே காத்திருந்தோம். இறக்கி விடும் முன்னர் வேண்டுமென்றே பக்கவாட்டில் படகோட்டி பலமாக ஆட்டியபோது படகில் இருந்த, பார்த்துக் கொண்டு நின்ற ஒவ்வொருவர் முகத்திலும் பயம், குதூகலம், பீதி என்று எத்தனை எத்தனை உணர்ச்சிகள்.

ஏறியதும், விர்ரென்று படகு வலப்புறம் பெரிதாக வளைந்து நெளிந்து சென்றபோது உற்சாகத்தில் கூவினாள்.

கட்டட, கட்டுமான அடையாளங்களிலிருந்து பிடுங்கிக் கொண்டு போய் சற்றே தொலைவில் படகை ஏரி நடுவில் நிறுத்தினாற்போல சுற்றிலும் எல்லா அளவுகளிலும் அழகாய் நின்ற உயர்ந்த பச்சை மலைகள் மிரட்டின. அகங்காரங்கள் அனைத்தும் குறுகிக் காலடியில் தண்ணீருக்குள் கரைந்தது போன்றதோர் உணர்வு.

''இப்டியே உயிர விட்றமாட்டோமான்னு இருக்கு,'' என்றவள் அனிச்சையாக எழ முயன்றாள். ''உக்காரு சுமி,'' என்றதும் சடாரென்று உட்கார்ந்து கொண்டாள்.

''போன தடவ போட்டிங் வேணாம்னு நீங்க ஸ்ட்ரிக்ட்டா சொல்லிட்டீங்க. போகல்லையான்னு கேக்கறவங்களுக்குப் பதில் சொல்ல முடியல,'' என்றாள் சிரித்தபடி.

இதே இடத்தில் பின்னனியில் யாரோ மூவர் இருக்க, கவிதாவும் சுரேஷும் எழுந்து நின்று சிறகுகளாய்க் கைகளை விரித்து எடுத்துக் கொண்ட புகைப்படம் என் நினைவுக்கு வந்ததைப் போலவே சுமிக்கும் வந்திருக்கும்.

மீண்டும் சாலைக்கு வந்தோம். கொட்டாவி விட்டபடியே உடன் நடந்தாள்.

''ஆமா, தூங்கவே இல்லியா நீ?''

''தூக்கமே வரல. ஊரடங்கவே இங்க ரொம்ப நேரமெடுக்குது. நடு ராத்ரில சர்ச்லருந்து 'மாஸ்' சத்தம் கேட்டுச்சி. விடியக்காலைல 'அல்லாஹு அக்பர்' மூணு நிமிஷம். அது முடிஞ்சி சொல்லிவெச்சது மாதிரி 'சக்தியை நோக்க சரவணபவனார்' மூணு நிமிஷம்.''

''எதுவுமே தெரியாது எனக்கு. அடிக்கிற குளிருக்கு நல்லாத் தூங்குனேன். உனக்குதான் புது எடத்துல தூக்கம் வராதே.''

''எட்டு மணி வரைக்கும் குளிர் இருக்கில்ல? இங்கருந்து அடிமாலி போறோமா?''

''அதோ, அந்த பஸ் போகும்னு நெனைக்கிறேன். வா, கேட்டுட்டு ஏறிருவோம்.''

வளைந்து வளைந்து சென்ற பேருந்தை எத்தனை லாவகமாக ஓட்டினார் என்று வியந்து பார்த்துக் கொண்டிருந்தேன். சமவெளிகளில் வாகனம் ஓட்டிப் பழகியவர்கள் இங்கே வந்து ஓட்டுவதென்றால் புதிதாகக் கற்றுக்கொள்ள வேண்டியிருக்குமோ?

''டாப் வ்யூ பாயிண்ட் போறமா?''

''உங்களுக்குப் போகணுமாக்கா?''

அதன் அருகில்தான் இருந்தது அந்தப் பள்ளத்தாக்கு. ''பத்து வருஷமாச்சின்றத நம்பவே முடிலல்லக்கா?''

''எங்க வீட்டுப் பெண்ண மயக்கி ஏமாத்திட்டான் உங்கவீட்டுப் பையன்னு எங்க வீட்டுக்குள்ள சடார்னு புகுந்து மாமா சத்தம் போட்டது இப்ப நடந்தது போல இருக்கு.''

''உன் மேல ரொம்ப மதிப்பு, அடிக்கடி சொல்வாரு. அன்னைக்கி நீ சொன்ன வார்த்ததான் இன்னைக்கும் அவர் மனசுல நிக்கிது சுமி.''

''செத்தது எங்கண்ணனும்தான், உங்க மச்சினிச்சி மட்டுமில்லன்னு நா எதிர நின்னு சொன்னதையா?''

''ஆமா சுமி''

'எங்க சுமி கல்யாணம் முடியணும். அதுக்காகதான் வெயிட்டிங்' என்று சுரேஷ் சொன்னதும் 'அக்கா ரொம்ப ஸ்ட்ரிக்ட், ஒத்துக்குமான்னே தெர்லயே' என்று கவிதா அடிக்கடி கவலைப்பட்டதும் 'அதெல்லாம் நாம் பேசி சமாளிச்சி அவங்க சம்மதத்த வாங்கிருவேன்' என்று அவன் அவளுக்கு தைரியமூட்டிய உரையாடல்களையெல்லாம் அவர்களுடைய நாட்குறிப்புகளிலிருந்து அறியும்வரை ஒருவருக்கும் ஒன்றுமே தெரியாது.

அடுத்தடுத்த வீட்டில் வசித்த காலம். முதல் ஓராண்டுக்குக் கடுமையான முறைப்பு. அடுத்த ஆண்டில் தான் சுமிக்கும் எனக்கும் நட்பு உருவானது.

''மூக்கொழிகிட்டு நின்ன சுமிய எனக்கு இன்னும் ஞாபகமிருக்கு. இன்னைக்கி உனக்குக் கல்யாணமாகி குடித்தனம் நடத்தறன்றத நம்பவே முடில.''

''அக்கா, எனக்குக் கல்யாணம் முடிஞ்சே ஏழு வருஷமாகப் போகுது.''

''ஆமால்ல, ஓடுது நாளு.''

''ஒரே வருஷத்துல எங்கண்ணன் வந்து உங்க வயத்துல பிறந்துட்டாரு.''

எதிரே வந்த வாகனங்களுக்கு இடம் விட்டு சீராக ஓடிக் கொண்டிருந்த பேருந்து சட்டென்று நின்றதும் வெளியே எட்டிப் பார்த்தாள் சுமி.

''என்ன?''

''வரிசை வரிசையா வண்டிக நிக்கிதுக்கா.''

''ரோடு போட்ற வேலயா இருக்கும்.''

வலப்புறம் இரண்டடியில் ஆழமான பள்ளத்தாக்கு.

‘‘இல்ல, ஒரு பையனும் பொண்ணும் பைக்க நிறுத்திட்டு நிக்கிதுங்க. கார் டிரைவர் கண்டபடி திட்டிட்டு இருக்காரு.’’

எழுந்து நின்று சன்னல் வழியாக எட்டிப் பார்த்தேன். ‘‘ரெண்டும் எப்டி உல்லாசமாச் சிரிக்கிது. உயிரப் பத்தின கவலை இருக்கா பாரு.’’

‘‘நகருங்கக்கா. ஒருநட எறங்கி ரெண்டையும் இழுத்து அறஞ்சிட்டுட்டு வரேன்.’’

‘‘கூல், கூல் சுமி. ஒரு பிரயோசனமுமில்ல. அறுநூறு எழுநூறு ரூபாய மிச்சப் படுத்தலாம்னுகூட பைக்க வாடகைக்கி எடுத்து சுத்துதுங்களோ என்னவோ.’’

பேருந்து அடிமாலியை அடைந்தது. ‘‘சீயப்பாறை, வாளறைன்னு ரெண்டு அருவி இருக்குன்றாங்க. போலாமா? மிளகுத் தோட்டம் கூடப் போலாம்’’

‘‘எல்லாத்தையும் பாத்துரணும்னு ஒரு கட்டாயமும் இல்லக்கா.’’

அறிவிப்புப் பலகைகளில் வெறும் மலையாளம் மட்டுமே எழுதப் பட்டிருந்ததைப் பார்த்து, ‘பிச்சுப் போட்ட ஜிலேபியா கெடக்கில்ல?

‘‘கேரளாமா.’’

‘‘முணாரும்கேரளாதானே?’’

‘‘இன்னும் ஒரு மணிநேரம் போனதும் உன் கண்ணுக்குக் குளிர்ச்சியா வந்துரும் தமிழ்.’’

‘‘மலையாளம் படிப்பீங்களேக்கா நீங்க?’’

‘‘பேசறதுக்கு இன்னும் முழுக்க மறக்காம இருக்கனேன்னு சந்தோஷப்படறேன்.’’

திறந்திருந்த கடைகளே கிட்டத்தட்ட இல்லை. முக்கால்வாசிக் கடைகள் ஷட்டர் இழுக்கப்பட்டு முழுக்கவே அடைக்கப்பட்டிருந்தன.

‘‘சின்னதா ஷாப்பிங்கூட பண்ண முடியாது போல.’’

"வந்ததோ வந்தோம் இப்டியே கொஞ்சம் சுத்திப்பாத்துட்டு பஸ் ஏறிருவோம்."

"சினிமாபோவோமா?"

"மலையாளப் படம்தான் ஓடும்."

"பரவால."

"பழைய படமா இருந்தா?"

"மம்முட்டி பையனும் மலர் டீச்சரும் நடிக்கறது பழைய படமா இருக்க வழியில்ல."

மம்முட்டி படம் எதுவானாலும் தவறாமல் பார்த்துவிடுபவளாக இருந்தாள் கவிதா. சுமிக்கும் தெரியும். சட்டென்று ஒரு நிமிட மௌனம்.

"ம், பாத்தேன். 'களி' படிக்க முடிஞ்சது. திருவனந்தபுரத்துல நாலாவது வரைக்கும் மலையாளம் படிச்சவன்னு பேரு. சுத்தமாவே டச் விட்ருச்சி"

"தியேட்டர் எங்கயோ? வெயில்வேற கொளுத்துது. சினிமா போயே ஆகணுமா சுமி?"

"அந்த ஆட்டோ டிரைவர்கிட்ட கேளுங்கக்கா. அதுலயே ஏறிப் போய்ரலாம்."

"இங்கயேநில்லு."

நிழலில் நிற்காமல் உடன் வந்து என் பின்னால் வெயிலில் நின்றாள்.

"சினிமா தியேட்டர்லேக்கு..." முடிக்க விடாமல், "இந்நு அவதியாணு," என்று கூறிய ஆட்டோக்காரர் அடுத்த கணமே நிற்காமல் விருட்டென்று சென்றுவிட்டார்.

திரும்பிப் பார்த்தேன். திருதிருவென்று விழித்தவளது முகம் குழந்தையின் வெகுளித்தனத்துடன் வெயிலில் மினுங்கியது. கருத்தரிக்கவில்லை என்று சதா மருகியதெல்லாம் இல்லை என்றாலும் முன்பை விடவும் வாடியிருந்தாள்.

‘‘வரமாட்டாராமா?’’

‘‘லீவாம்.’’

‘‘தியேட்டருக்கா?’’ என்றாள் விழிகள் விரித்து.

‘‘குட் ஃப்ரைடேக்கு,’’ எனத் தலையாட்டினேன்.

‘‘அவதி?’’ என்று கேட்டுவிட்டு அடக்கமாட்டாமல் சிரித்தாள். ‘‘நமக்கு தான்,’’ என்று முடித்தாள்.

‘‘மலையாளம்தான் என் மனசுக்கு நெருக்கம்னு தெரிஞ்சே சீண்ட்றயா?’’

சிரிப்பதை நிறுத்திவிட்டு, ‘‘கிரிஸ்டியன்ஸ் அதிகம் போல இந்த ஊர்ல,’’ என்று கூறியவாறே நடையைக் கட்டினாள்.

‘‘அப்டிதான் படுது.’’

பேருந்து நிறுத்தத்தை நோக்கி நடந்தோம். பிரமாதமாக இல்லாவிட்டாலும் முறையாக உருவாக்கப்பட்ட பேருந்து நிறுத்தம். அங்கே இருந்த கடைகளுள் ஒன்றில் தண்ணீர் போத்தல் வாங்கிக் குடித்தோம். ‘‘வட சாப்டறியா சுமி?’’

சரியென்று தலையாட்டினாள். “ரொம்பப் பெரிசா இருக்கே. பாதிப் பாதி?”

சுடச்சுட மொறுமொறுவென்று பருப்புவடை பிரமாதமாக இருக்கவே இன்னொன்றை மறுபடியும் வாங்கி விண்டு பாதிப்பாதி தின்றோம்.

கைப்பேசியை எடுத்து நோண்டியவளைப் பரிதாபமாகப் பார்த்தேன். விட்டுவிட்டு வந்த கூட்டை மனத்திலிருந்து இறக்கி வைத்து விட முடியாமல் அவள் தவித்தது மறுபுறம் சுவாரசியமாகவே இருந்தது பார்ப்பதற்கு.

ஈராண்டுகளுக்கு முன்னர் ஊட்டியில், “வீட்டையும் பாட்டையும் மறந்துட்டு இருக்கலாம்னு வந்திருக்கோம். இப்பவும் குடும்பம் ஆபிஸ்னு ஏங்க்கா?’’ என்று அவள் கடிந்து கொண்டது நினைவுக்கு வந்தது.

என் பார்வையை உணர்ந்து சட்டென்று அணைத்து கைப்பைக்குள் போட்டுவிட்டு என் கண் பார்த்துச் சிரித்தாள். அச்சிரிப்பில் அவனுடைய சாயல். ‘‘என்னக்கா?’’ என்றவளிடம், ‘‘சட்னு சுரேஷ் ஞாபகம்,’’ என்றேன்.

‘‘குழந்தைகூட பிறந்திருக்கும்ல?’’ என்று கேட்டாள்.

‘‘தங்கச்சிய மகளா வளர்த்தேன்னு முறுக்கிக்கிட்டும் இடிக்கிக் கிட்டும் நா சம்மதிக்காம ஸ்டபர்னாகூட இருந்திருக்கலாம்,’’ என்றேன்.

‘‘அதோ, கே.எஸ்.ஆர்.டி.சி. ஒரே மணிநேரத்துல கொண்டுபோய் முணார்ல தள்ளிருவான்’’ என்றேன். அதே புள்ளியில் நின்றவள், ‘‘மாமாவோ நவீனோ கூப்டமாட்டாங்களாக்கா?’’ என்று கேட்டாள். ‘‘சொல்லிட்டேன், நாலு நாளும் சுவிட்ச் ஆஃப் பண்ணிருவன்னு,’’ என்றேன். ‘‘கூப்டமாட்டாங்க.’’

‘‘அடிமாலின்னா இந்தப் பருப்பு வடைதான் எனக்கு ஞாபகம் வரும்’’ என்று கூறி உரக்கச் சிரித்தாள். சிலுசிலுவென்று அடித்த காற்றில் குளிர் கூடியிருந்தது. ‘‘பேசாம மூணார்லயே நைட்ஷோ போவோமா?’’

‘‘அங்க தியேட்டரே கெடையாது.’’

‘‘நெசமாவா?’’

‘‘பின்ன பொய்யாவா?’’

‘‘ஐயோ, தியேட்டர் இல்லாத ஊர்ல தமிழர்கள் குடியிருக்கவே மாட்டமே.’’

‘‘குடியிருக்க ஒண்ணும் வேணாம். இன்னும் ஒரே நாள்தானே.’’

‘‘வில் மிஸ்யூக்கா.’’

‘‘அதையும் பாப்போம். நீயாக் கூப்டுப் பேசறியா இல்ல எப்பவும் போல நாந்தான் கூப்டுறேனான்னு’’ வெறுமன புன்னகைத்தாள்.

‘‘எல்லா ஊருக்கும் இங்கருந்து பஸ் இருக்கும் போல.’’

அங்கே நின்றிருந்த பயணி ஒருவரிடம் அப்போது வந்த பேருந்தைச் சுட்டிக் காட்டி, ''மூணாரு?'' எனக் கேட்டாள். முதுகைக் காட்டி நின்ற பேருந்தைப் பார்த்து, ''ஸ்ரத்திச்சிட்டில்லா,'' என்று ஐயம் தோய்ந்த கீற்றுப் புன்னகையுடன் கண்சிமிட்டித் தோள்குலுக்கினார்.

வழி நெடுகிலும் இருபுறமும் இயற்கைக் காட்சிகளில் கரைந்தோம்.

பேருந்து ஊருக்குள் நுழைந்து நின்றதும் இறங்கியபடியே, ''ரூமுக்குப் போகும் முன்ன முருகன் கோவிலுக்குப் போவோம்னு சொன்னேனே.''

''சரி, போயிட்டு வா.''

''அக்கா, ப்ளீஸ்.''

மலைவெளிகள் மீதான பித்து முற்றியிருந்தபோது இருவரும் திருமணம் முடிக்கத் திட்டமிட்டிருந்த முருகன் கோவில். நாட்குறிப்பில் இருவரும் குடித்தனமே நடத்தியிருந்தனர். மூணார் மலை முகடுகளில் இருவரது மூச்சுக்காற்றின் சுவடுகள் இருப்பதாக சுமியும் நானும் நம்பினோம்.

''அதுவும் அந்தக் கோவிலுக்கா?''

''சும்மா கூட வாங்க. போதும்.''

ஊரை வெட்டியபடி ஓடிய முதிருப்புழ ஆற்றின் குறுக்கே இரண்டு சிறு பாலங்களும் அதனையொட்டிய கடைகளும் தெருவோரக் கடைகளுமாக இருந்த மூணார் ஆறாண்டுகளுக்குப் பிறகும் அதிகம் மாறியிருக்கவில்லை. ஆங்காங்கே வீசியெறியப்பட்ட பிளாஸ்டிக் காகித, போத்தல்களுக்கிடையே நூலாய் ஓடிய நீர் அழுக்காக இருந்தது. மழைக்காலங்களில் ஆற்றில் அதிக வெள்ளோட்டம் இருக்கலாம்.

''வட்டமா ஒரு ஊரு. நாலு திக்குலயும் போற நாலு பஸ் ஸ்டேண்டு. வேற எங்கயுமே இப்டி இருக்குமான்னு தெர்ல,''

முளைக்க ஆரம்பித்த தெருவோரத் தற்காலிகக் கடைகள் இனி

நள்ளிரவுக்கு முன்னால் ஏறக்கட்டப்பட்டால் மறுநாள் முன்மாலையில் மீண்டும் கலகலக்கத் தொடங்கும்.

படியேறினோம். ''அடுத்த வருஷம் குட்டி கவிதாவப் பாக்க ஹைதராபாத் வருவேன்.'' நெகிழ்ந்தவள் நின்று திரும்பி ஒருமுறை என்னைப் பார்த்துவிட்டு கண்கள் பளபளக்க நிமிர்ந்து கோவில் கோபுரத்தைப் பார்த்தாள்.

மதுரையிலிருந்து கிளம்பி மூணார் வந்து மோட்டார் சைக்கிள் வாடகைக்கு எடுத்து வேகமாகப் போவதை ரகசியமாக அடிக்கடி செய்திருந்தனர். பக்கவாட்டில் பள்ளத்தாக்கில் உருண்டு விழுந்து பலியான பிறகுதான் அதுவே தெரிய வந்தது. கசந்த நினைவுகளும் துயரங்களும் தவிர அவ்விருவருடையதாகக் கிடைத்தவை ஒன்றுமே மிச்சமில்லை.

''நாளைக்கி இன்னேரம் சென்னை செண்ட்ரல்ல இருப்பேன்.''

பழக்கடையில் நேந்திரம்பழம் தொங்கியதைக் கண்டவள் சட்டென்று திரும்பி நான் பார்த்தேனா என்று கவனித்தாள். வாங்கலாமா என்று கேட்க எண்ணி டக்கென்று மனத்தை மாற்றிக் கொண்டேன். சுரேஷுக்கு நேந்திரம்பழம் என்றால் கொள்ளை விருப்பம்.

'ரெண்டு வருஷம் கழிச்சி இதே மார்ச் மாசம் நாம ரெண்டு பேரும் கொடைக்கனால் போறோம். உன் வீட்டுக்காரர்கிட்ட இப்பவே சொல்லிரு.'

''ஆனா, இங்கயே வருமா?''

''சரி. இங்கயே வருவோம்.''

''லீவு கிடைக்கல்ல அது இதுன்னு நீங்க எந்தச் சாக்கும் சொல்லக் கூடாது.''

தீராநதி - மே 2016

நகரெங்கும் சிதறிய சுழிகள்

''உன் வேல காலி,'' என்றேன் வாட்ஸ் அப்பில்.

''ஆறாவது தடவையா... ஐயோ! ஃபிரெண்ட்ஸ் டிரீட் கேப்பாங்களோ'' என்றான் சத்யன் அடுத்த நொடியில்.

''மெமோ உறுதி. உன்ன விசாரிக்க என்னயும் உள்ள கூப்டுவாங்க, அத நெனச்சாதான் கடுப்பா இருக்கு. என் வேலைக்கும் உலய வச்சிராதப்பா''

''உங்களுக்கென்ன சார், ஏழெட்டு இலக்கத் தொகை சேவிங்ஸ்லயே இருக்கும். பிள்ளை குட்டின்னு ஒரு தலவலி இல்ல. ரெண்டு பேர் சம்பாத்தியமும் எவ்ளோ சேந்திருக்கும்? நியாயமா பாத்த, உங்க மாதிரியான ஆட்கள் வேலைக்கே வரக்கூடாது. புலியூர் மன்னனுக்கு நாளைக்கே ஒரு மனு அனுப்பப் போறேன்.'

''சீரியசா பேசிட்ருக்கேன் சத்யன்.''

''பித்தன் சார், என் பெயர் பித்தன்,'' என்றான்.

''பெரிய்ய பித்தன், புத்தன். அதையெல்லாம் உன்னோட பைத்தியக்காரகும்பலோட வச்சிக்க.''

''விஷயமென்ன?''

''மொதப் பக்கத்துல கொட்டக் கொட்டயா அதுவும் தலைப்புல கூடுதலா ஒரு zero போட்ருக்க. ஈராக்குக்கு 30,000 துருப்புகள்

அனுப்பபட்டானனு எழுதறதுக்குப் பதிலா 3,00,000ன்னு எழுதிருக்க.''

''அச்சாயிருச்சா?''

''வினியோகத்துக்கு பண்டல் பண்டலாக் கட்டிக்கிட்டிருப்பாங்க. மணி ஒண்ர தெரியும்ல.''

''இப்ப என்னாகும்? ஃவேன் டிரைவரக் கூப்ட முடியாதா?''

''எந்த டிரைவர? பதிமூணு வேன்ல போயிட்ருக்குப்பா.''

''ஒவ்வொரு பிரதிலருந்தும் ஒவ்வொரு சுழியா வரிசையா வழியெல்லாம் உதிர்ந்தா எப்டிருக்கும்?''

''குடிச்சிருக்கியா?''

''குடிச்சா ஒரேயடியா போயிரணும். வீட்டுக்கு வரவேகூடாதுன்னு உத்தரவு. நாலு மாசமாச்சி. அதவிடுங்க. சுழிகள் கண்டபடி சிதறி ஓடினா வண்டிகள்லாம் தாறுமாறா ஓடுமா?''

''ஆளவிடு. பை....''

''இருங்க, இருங்க. ஒரு லட்சம் சுழிகளும் என்னாகும்?''

''இப்ப டாக்சி கெடைக்குமா?''

''எங்க போகணும்?''

''உன் வீட்டுக்குதான்.''

''இந்த நேரத்துலயா?''

''கொல பண்ண நேரம் காலம் பாக்கணுமா என்ன?''

''நாளைக்கி மொதப் பக்க லீட் நியூஸ் ரெடி. எத்தன நாளைக்கிதான் நானும் தினமும் லீட் நியூஸ் எழுதிக்கிட்டே இருக்கறது. லீட்நியூசாவே ஆயிடறேன். போறதே போனான் எம் புருஷன், ஹெட்லைனாகிப் போயிருக்கான்னு வர்ஷாவுக்குக் கொஞ்சம் பெருமையா இருக்கும்ல.''

''ஆனா, என் பேர் கொலகாரன்னு மாசக் கணக்குல ஃபாலோஅப்ல வர்றது எனக்கு விருப்பமில்ல. கொஞ்சங்கூட சீரியசாவே இருக்க மாட்டியா நீ?''

‘‘ரெண்டு மூணு வாரத்துக்கு எனக்கு மொதப் பக்கத்தல வலி இருக்காது. அப்பாடா...’’

‘‘எதுக்குதான் அடங்குவ நீ? எப்டிதான் வீட்ல சமாளிக்கறாங்க உன்ன?’’

‘‘அந்தத் தப்பெல்லாம் செய்யறதில்ல அவங்க.’’

‘‘தண்ணி தெளிச்சு விட்டாங்களா வர்ஷா?’’

‘‘பிழையக் கண்டு பிடிச்சது?’’

‘‘திக் விஜயம் முடிஞ்சு உற்சவர் நாளைக்கிதானே ஆபிஸ்கே வருவாங்க. எல்லாம் மூலவர்தான். நீ எடுக்கல்லன்னு இப்பதான் எனக்கு ஃபோன் பண்ணாங்க.’’

‘‘மீனாட்சியம்மாள் லீவுல போயிருக்காங்கல்ல, மறந்திட்டேன்.’’

‘‘உற்சவரப் பகச்சிக்கிட்டே இருக்கீல்ல. கெடச்சிது பார் லட்டு மாதிரி...’’

‘‘தின்னுட்டுப் போகட்டுமே, விடுங்க சார்.’’

‘‘அடுத்த மாசம் நீ சோறு திங்க வேணாம்னு முடிவே பண்ணிட்டீன்னா, நா என்ன சொல்ல? சார்ஜ் போட்டுட்டு தான் உனக்கு வாட்ஸ் அப் அனுப்பிட்ருக்கேன், தெரிமா? பை.’’

‘‘பாதில விட்டுப் போகாதீங்க சார். zeroவெல்லாம் உதிர்ந்திடுச்சுன்னா என்னாகும்?’’

‘‘நாசமாப் போகும்’’

‘‘நாளைக்காச்சும் ஜாகிங் போகலாம்னு நெனச்சேன். முடியாது போல இருக்கே. சுழிகள் எல்லாம் வீதிகளெல்லாம் உருண்டோடி நம்ம வங்கிக் கணக்குல சேர்ந்துடுமோ? வர்ஷாவே என்னக் கொண்டாட ஆரம்பிச்சுருவாளோ. புலியூர்ல எல்லார் வங்கிக் கணக்குலயும் பணம் கொட்டோ கொட்டுன்னு கொட்டி எல்லாரும் மில்லியனர்ஸ் ஆயிடுவோம். பணவீக்கம், விலைவாசி எல்லாம் தாறுமாறா..,’

‘‘உனக்குக் கிறுக்குப் பிடிச்சாச்சி. இந்த தடவ எத்தன நாளைக்கோ... ஒண்ணும் செய்யறதுக்கில்ல. ஆனா, நீ ரொம்பப் பேசற. இன்னைக்கிச் சொல்றேன், எழுதி வச்சிக்க. உன் வாய்தான் உனக்கு எமன்.’’

‘‘இன்னைக்கிச் சொல்றேன்’’னுக்கு ஒற்றுமிகுமா, மிகாதா?’’

‘‘யு ஆர் இன் காரிஜிபிள்.’’

‘‘ஒற்று வேணுமா வேணாமான்னு தினமும் ஒரு வழக்காடு மன்றமே நடக்குமே. மெய்ப்புப் பாக்கறவங்களுக்கு முக்கிய விஷயங்களப் பாக்கற அக்கற ஏன் இருக்கறதில்ல?’’

‘திஸ் இஸ் டூமச். நீ கவனக் கொறவா இருந்துட்டு மத்தவங்க மேல பழியப் போட்றியா?’’

‘‘என் மேல தப்பில்லன்னு இப்ப சொன்னனா?’’

‘‘சொன்னாலும் சொல்லல்லைன்னாலும் உன் பக்கத்துக்கு நீதான் பொறுப்பு.’’

‘‘ஒற்று, முற்றுப்புள்ளி, அரைப்புள்ளி, முக்காப் புள்ளிக்கெல்லாம் மெய்ப்புப் பாக்கறவங்க பொறுப்பா?’’

‘‘இல்ல.’’

‘‘அதுக்குக்கூட இல்லயா?’’

‘‘ஐயோ ஆள விடு, தெர்ல.’’

‘‘மில்லியன் டாலர் கேள்வி அது. விடைதான் எப்பயுமே கெடைக்கறதில்ல. நானும் பதினோரு வருஷமாத் தேடறேன்.’’

‘‘இருபத்தி நாலு வருஷத்துல எனக்குக் கிடைக்காத பதில் உனக்குக் கெடைக்குதான்னு பாப்போம்.’’

‘‘இப்ப என்னாகும்?’’

‘‘பிரச்சின கொஞ்சம் பெரிசுதான். நீன்றதால...’’

''கூடுதலா ஒரு சுழி போட்டது பிரச்சினையா, இல்ல அத செஞ்சது நான்றது பிரச்சினையா?''

''நம்ம அலுவலகத்தப் பொருத்தவர முன்னுத விட பின்னுதுதான் முக்கியம். இஷ்யூவவிட சம்பந்தப்பட்டவர் யாருன்றது ரொம்ப ரொம்ப முக்கியம். நமக்குப் பிடிச்சாலும் பிடிக்கல்லைன்னாலும் அதானே எதார்த்தம். நடவடிக்கைகள் எடுக்கறதா நிர்வாகம் மேலிடத்துக்குக் காட்ட இது நல்ல ஒரு சந்தர்ப்பம். நடக்கறது தானே எங்கயும் இதெல்லாம்...''

''இத அவரவர் சாதகத்துக்கோ கொறஞ்ச பட்சம் எதிரணியின் பாதகத்துக்கோ திருப்பும் பல்வேறு நாடகங்கள் நடக்கும்.''

''எத்தன தடவ டிஸ்கஸ் பண்றது? இங்க இப்டிதான், உன்னோட புரட்சி புடலங்காவெல்லாம் நீ வெளிய வச்சிக்கன்னு எத்தன தடவ சொல்லிருக்கேன்.''

''வேற யார்கிட்டயும் நா இவ்ளோ பேசறதில்ல சார்.''

'' மீட்டிங்ல அதிகமாப் பேசற.''

''நீங்க தேவைக்கிக்கூட வாயத் தெறக்கறதில்ல. ஸ்டூடண்ட் மாதிரி வாய் மூடி நிக்கறீங்க. அதான் ஸ்கூல் பிரின்ஸிபால் மாதிரி உங்களத் திட்றாங்க. அதப் பாக்கறப்ப எனக்கு எவ்ளோ ஆத்திரம் வரும், தெரியுமா?'

''இண்டராகேஷன் சட்டுன்னு முடியட்டும்னு தான் தலைய ஆட்டி ஆட்டி ஓகேன்னு சொல்லிட்டு வெளிய வர்றது. தானத்தில் சிறந்தது ஈகோ தானம். கண்ணுக்குத் தெரியாது, செஞ்சதுக்கான சாட்சியும் கிடையாது. அதான் எனக்கும் சேர்த்து வச்சி நீ தான் பேசறியே.''

''வாயாடின்ற பேரு தான் மிச்சம். நல்லா சாதிச்சிக்கசிலரால தான் முடியுதில்ல?''

''அதெல்லாம் ஒரு கலைபா.''

''வேலையே செய்யாமவேல செய்ற மாதிரி படம் காட்றது, மேலிடத்துக்குப் பிடிக்கிற மாதிரி முடிஞ்சப்பல்லாம் ஜால்ராப் போடறதெல்லாமா?''

''உனக்கும் எனக்கும் இந்த ஜன்மத்துல அதெல்லாம் வராது. நாம எட்ட நின்னு வாய் பிளந்து பார்க்கலாம். அவ்ளோதான். சத்யா, நீ ஒண்ணு பண்ணேன். பேசாம ஒருவாரம் லீவு போட்டுட்டு எங்கயாச்சும் காணாமப் போய்டு.''

''லீவு வாங்கித் தாங்க..,''

''நடக்கறதப் பேசு. நம்மளோடது மாதிரி இருக்கும், ஆனா நம்மளது இல்லன்றதுதானே நம்ம ஆனுவல் லீவு. காகிதத்துல பாத்துக்கலாம், எத்தன தடவ வேணும்னாலும் எண்ணிக்கலாம். ஆனா, ஆபிஸ் வசதிக்கு ஏத்த மாதிரி, அவங்க தரும்போது அரிய வரமா நெனச்சி இரு கை நீட்டி வணங்கி ஏத்துக்கணும்,''

''எவர் கிரீன் சப்ஜெக்ட், இல்ல? சரி, சுழிகளா உதிர்ந்தா ரோட்ல வாகனமெல்லாம் தாறுமாறா வழுக்குமோ? விபத்துகள் நடக்கும்ல? எக்கச்சக்க ஹெட்லைன்ஸ் கெடைக்கும்,''

''எத்தன பேர் மண்டையப் போட்டாங்கன்னு பார்த்துட்டில்ல மொதப் பக்கமா ஹெட்லைனான்னு முடிவெடுக்க முடியும்,''

''அது சரி,''

''வழக்கம்னு ஒண்ணு இருந்தா அத ஃபாலோ பண்ணித்தானே ஆகணும் பிரதர்.''

''செர்குலேஷன் எகிறும்ல,''

''இப்ப உன் பித்து எகிறுது. எனக்கோ கண்ணச் சுழட்டுது,''

''கூடுதலா ஒரு சுழி போட்டதுலயும் நன்மையிருக்கோ? எதுக்கும் நாம பேங்க்பேலன்ச செக் பண்ணுவோம் சார் நாளைக்கி,''

‘‘நல்லவேள ஈராக் புலியூர்கிட்ட இல்ல,’’

‘‘இருந்தா என்ன? பாம் விழுமா இங்க?’’

‘‘உள்ளூர் செய்தில வில்லங்கம் பண்ணாம இருந்தியே,’’

‘‘▭ ☎ என்ன பேசறீங்க நீங்க? திட்டமிட்டா செய்றோம்? புலியூர் செய்தினா மட்டும் என்னாகும்?’’

‘‘கிட்ட இருந்தீன்னா பளார்னு கன்னத்துல அறைஞ்சிருவேன். என்னாகும்னு கேக்கற, ஊரே பத்திகிட்டு எரியும். மாளிகைல ஆளிருக்கு, தினமும் பூதக் கண்ணாடி வச்சிக்கிட்டுப் பாக்கறதுக்கு ஒரு குழுவயே நியமிச்சிருக்காங்க.’’

‘‘ ஒண்ணுமில்ல..,’’

‘‘உற்சவரே போயிட்டு வந்தாங்க, தெரியும்ல?’’

‘‘எனக்கே புரிலன்னா வாசகருக்கு எப்டி புரியும்னு அடிக்கடி புலியூரின் நவீன தொல்காப்பியர் அவதாரம் எடுக்கறதுலருந்து அதுகூட வா புரியாது? ஆனா..,’’

‘‘தெரிஞ்சே கேக்கறியா?’’

‘‘நாஞ்சொல்ல வந்தது அதில்ல. ஒருகாலத்துல வேணா புலியூர் மன்னன் கடுமையா இருந்திருக்கலாம். இப்ப அப்டி இல்லன்னு சொல்ல வந்தேன்.’’

‘‘உன்னோட ஒப்பீனியன சிந்தாம, சிதறாம முக்கியமா துப்பிராம உள்ளுக்குள்ள பொத்தி பத்ரமா வச்சிக்க. நாளைக்கி மீட்டிங்ல வாயத் தெறக்காம, இருக்கணும், இப்பவே சொல்லிட்டேன்.’’

‘‘வில் ட்ரை. சில பேரோட அலட்டல் தாங்கல சார். உள்ளூர் பக்கம் எழுதினா வைரக்கிரீடம் சூட்டிக் கிட்டதா நெனைச்சிக்கறதெல்லாம் வெறும் மாயை.’’

‘‘தன்யனானோம் பித்தானந்தா அவர்களே. சிரம் பணிந்து ஏற்றோம் தங்களது தீட்சையை.’’

''உண்மையா இல்லையா, நீங்க சொல்லுங்க''

''அதச் சொல்லவே எனக்குத் தகுதி இல்லன்னுவாங்க. இருபது வயசுல வந்தேன். ஆனா, என்னய சேத்துக்கறதில்லப்பா. நான்லாம் ரொம்ப வருஷமா உப்புப் போட்டே சாப்டறதில்ல.''

''பாட்டன், பூட்டன் காலத்துல இருந்து, நாலு தலமுறையா இங்க இருக்கேன். என்னையும்தான ஒதுக்கராங்க?''

''அதுக்கு உன் வாய்தான் காரணம். மெமோ கொடுப்பாங்க. மேலிடத்து பிரெஷர்னு விரிவா விளக்கமும் கொடுப்பாங்க. வாயப் பொத்திகிட்டு பவ்யமா வாங்கிட்டு வெளிய வா, ஓகே?''

''உங்க நண்பர் முன்ன இது போல ஒரு பிழைல மாட்டிக்கிட்டு, 'ஹ்யூமன் எரர்'னு சொல்லி சாமர்த்தியமா தப்பிச்சாரே, அது மாதிரி ஏதாச்சும் முடியுமா?''

''சான்சே இல்லப்பா.''

''ஏன் சார்?''

''ஹ்யூமன்னு அவங்களே சொன்னது. அந்தப் பிரச்சின இதவிட ரொம்பவே சீரியஸ். ஆனா, நீயும் அவரும் ஒண்ணில்லன்றத மறக்காத. தேவியர் இருவரும் சேர்ந்தமர்ந்து கலந்தாலோசித்த பிறகுதான் நீ ஹ்யூமனா, இல்லையான்னு முடிவே எடுப்பாங்க. நீயா எப்டி சொல்லிக்க முடியும்?''

''தேவியர் அதிகாரம் எப்ப சார் ஒழியும்?''

''தல மொறை தல மொறையா அம்மணிகள அடக்கினோம்ல, இப்ப எங்கெங்கும் அவங்க ராஜ்ஜியம்.''

''பொதுவாக் கேக்கறேன், நா ஹ்யூமனா, இல்லையா?''

''பயங்கர வாய்க் கொழுப்பான ஹ்யூமன் நீ''

‘‘இவ்ளோகூடப் பேசல்லன்னா, எனக்குப் பைத்தியம் பிடிச்சுரும். ‘‘வாய்க் கொழுப்பு ஹ்யூமன் ரைட்ஸ்’’ எனக்கு உதவ முன் வருமா?😐’’

‘‘ஸ்ட்ரெஸ்ல இருக்கும்போது எதார்த்தத்துலருந்து விலகி வழுக்கி வழுக்கி கற்பனைய விரிக்கறதுதானே உன் குணம். தூங்காம கண்ணு முழுச்சி தாராளமா கற்பன பண்ணிட்டே இரு. என்னவிடு.’’

‘‘என் உடம்பு தூங்கச் சொல்லுது. ஆனா நாலு நாளைக்கி முழிச்சிட்டே இருக்கும் போலயே என் மனசு.’’

‘‘ஏதாச்சும் வரையலாமே நீ. இந்த தடவ வாட்டர்ல செய். இல்லன்னா தோண்றத மளமளன்னு எழுதிரு. அப்பதான், ரெண்டு மூணு நாள்லயாச்சும் சரியாவ. ரொம்ப லேட்டாச்சி. ஸ்விட்ச் ஆஃப் பண்ணிட்டு தூங்கப் போறேன்.’’

‘‘குட்நைட்.’’

காலையில் கைத் தொலைபேசியை உயிர்ப்பித்துப் பார்த்தால் வாட்ஸ் அப்பில் சத்யனுடைய செய்திகள்.

‘இரவெல்லாம் தூங்காமல் தீட்டிக் கொண்டிருந்தேன். அதிகாலையில் ஒரு மணி நேரம் உறங்கினேன். தூங்கி எழுந்து பார்த்ததால் யாரோ வரைந்ததைப் பாக்கற உணர்வு எனக்குள். 'நகரெங்கும் சிதறிய சுழிகள்’ னு தலைப்பு வேற கொடுத்திருக்கேன். அப்ஸ்ட்ராக்ட், வாட்டர். முடிஞ்சிருச்சா, இதுல இன்னும் கை வைக்கனுமான்னே புரில. விரைவில் உங்க பார்வைக்கு வரும். நெடும் கவிதை ஒன்றும் எழுதினேன். நிச்சயமா அதக் காட்டமாட்டேன்.’

‘காலையிளம் வெயிலில் சுழிகள் அனைத்தும் அழகாய் மின்னின. பள்ளிச்சிறார் உற்சாக மிகுதியில் குடுகுடுவென்று அவற்றைப் பிடிக்கப் பாய்ந்தோடினர். தனித் தமிழ்ச் சுழிகளில் ஒன்றுகூட சீனப்பிள்ளைகளுடைய கைகளில் சிக்கவில்லை. கைப்பிடித்து நடந்த மகளின் விளையாட்டுக்கு ஈடுகொடுக்கும் முனைப்பில் தமிழ்த்தாய் ஒருத்தி சுழிகளை இருகைகளால் ஆசையாக அள்ளிச் சிறுமியிடம்

காட்டினாள். அவை நுரைக் குமிழிகளாக உருமாறி சட்டென்று அவரது பணப்பைக்குள் உருண்டோடி ஓசையின்றி உடைந்து மறைந்தன.'

'ரொம்ப முத்திடுச்சோ,?' என்று கேட்டெழுதத் தொடங்கி சட்டென்று அனுப்ப வேண்டாம் என்று முடிவெடுத்து முழுவதையும் அழித்துவிட்டேன்.

பிற்பகலில் அலுவலகத்தில் சத்யனைக் காணாததால், 'கிளம்பிட்டியா?,' என்று கேட்டேன். ஒரே நொடியில், 'ரீச்சிங்,' என்றான் ஒற்றைச் சொல்லில்.

' மீட்டிங் இன்னைக்கி சீக்கிரமே தொடங்கிரும்.'

'சுழி மீட்டிங்?'

'யா, எவ்ரிஒன்ஸ் வெய்டிங்.'

தீராநதி -பிப்ரவரி 2016

வார்ட் 34பி

உடையை மாற்ற வைப்பதற்குள் போதும் போதும் என்றாகிவிட்டது. "ஏன்லா, என்ன இங்க கூட்டு வந்தாங்க?" என்று கேட்டவள் கண்களிலிருந்து கொடகொடவென்று கொட்டியது. தலையைக் கட்டச் சொன்னதும் உடனே கேட்டாள். தொளதொளவென்று இருந்த பாசிப்பச்சை நிற உடைக்குள் கொஞ்சம் பூசினாற்போலத் தெரிந்தாள். அழுகை கூட ஒருவரை இவ்வளவு வசீகரமாகக் காட்டுமா? எதற்காக இவள் இத்தனை அழகாக இருக்கிறாள்?

"மாட்டேன், எனக்கு எதுக்கு மருந்து?" என்று அடுத்த அழுச்சாட்டியம். "இல்லைன்னா ஊசிதான் போடணும்," என்றதும் வாயைத் திறந்தாள். ஒரு சிட்டலோப்ரமை விழுங்க வைப்பதற்குள் பெரும்பாடாகி விட்டது. விழுங்கிய பிறகும் உறக்கம் கொள்ள முடியாதிருந்தாள். என்ன செய்வதென்று தெரியாமல் அவள் தவித்தது அரை இருளில் தெரிந்தது. ஓரிரு மணிநேரத்துக்கு கேட்டவரோடெல்லாம் சதுரங்கமாடினாள். அதுவரைக் கண்ணீரைத் துடைத்தவாறிருந்தவள் அழுகையை நிறுத்திவிட்டு சுற்றிலும் பார்த்தவாறு மேசைக்கருகில் இருந்த நாற்காலில் அமர்ந்திருந்தாள். முன்னறையில் திடீரென்று சளசளத்தன புதிய குரல்கள்.

அவளுடைய விவரக் குறிப்பை எடுத்துப் பார்த்தேன். மொட்டை மாடியில் நின்றவாறு, ''இப்பவே எட்டாவது மாடிலருந்து குதிச்சிர்றேன்,'' என்று சொல்லி அழுததைக் கேட்ட அவளது மேலதிகாரி விரைந்து போலீசுக்குச் சொல்லி, வலுக்கட்டாயமாக அவளைக் கூட்டிவந்து அலுவலக அறையில் அமர வைத்து முன்னிரவில் இங்கே கூட்டிவந்து விட்டிருந்தனர். வீடு புக்கிட் மேராவில். வேலையோ காலாங்கில். கொஞ்ச காலமாக தொட்டதெற்கெல்லாம் அழுதாள் என்பதைக் கடந்து அதில் வேறு ஒரு குறிப்புமில்லை. காலையில் டாக்டர் வந்த பிறகுதான் கூடுதல் விவரம் தெரிய வரும்.

பெயர் கவிதா. கவிதையாகத் தான் இருந்தன அவளது கண்களும் பார்வையும் ஒயிலாய் அவள் அசைந்ததும். ஆனால், தன்னையே மாய்த்துக்கொள்ள எண்ணியது ஏனென்று தான் புரியவில்லை. ஆழ்மனத்தின் தீவிர யோசனை ஓர் இழையென அவளுக்குள் சதா ஓடியபடி இருந்ததோ என்று பட்டது. செதுக்கியது போன்ற அந்தக் கரிய முகத்திற்கு அது கொடுத்த கவர்ச்சி மிக ஆச்சரியப்படுத்தியது. எலும்பின் மேல் தோலை தடவி இழுத்துக் கட்டியது போன்ற உடலில் தேவையற்ற சதை துளிக்கூட இல்லை. சராசரிக்கும் அதிக உயரமும் பளபளக்கும் சருமமும் கோவில் சிற்பத்தை நினைவு படுத்தின. சற்று முன்னர் இளநீலநிற ஜீன்ஸ், சட்டையில் அலையலையாக வழிந்த கருங்கூந்தலுடன் அவள் ஒய்யாரமாய் உள்ளே நுழைந்த காட்சி சூழலுக்குத் தொடர்பில்லாமல் சுற்றியிருந்தோரை ஈர்த்தது.

கூடத்தின் மறுகோடியில் திடீரென்று சாங்சாங் வீரிட்டுக் கத்தியதும் திடுக்கிட்டுத் திரும்பிப் பார்த்த கவிதாவின் கண்கள் மீண்டும் பெருகின. படுக்கையோடு சேர்த்துக் கட்ட விடாமல் முரண்டு பிடித்த சாங்சாங் கத்தலும் கூச்சலுமாகத் தள்ளிவிட்டாள். இது போன்ற நேரங்களில் சாங்சாங்கின் முப்பது வயது உடம்பில் வெளிப்படும் பலம் அசாத்தியமானதாக இருக்கும். மருந்து இன்னும் வேலை செய்ய

ஆரம்பிக்கவில்லை. பகலில் பார்ப்பவரோடெல்லாம் கைகுலுக்கிக் கொண்டே இருக்கும் சாங்சாங் இரவில் சரியாகத் தூங்குதே இல்லை.

வார்ட்டில் ஒவ்வொரு படுக்கையாகச் சென்று தொட்டு, உலுக்கி, எழுப்பி, கைகுலுக்கி, மகிழ்ந்து எல்லோர் உறக்கத்தையும் கலைப்பாள். அதனால், காலையில் எல்லோரும் எழும்வரை சாங்சாங்கைப் படுக்கையோடு கட்டியே வைத்திருந்தனர். கையையும் தான். பின்னிரவில் 'டையப்பர்' மாட்டிவிடப்பட்டதையும் மறந்து சில சமயம் காலையில் கழிவறைக்குப் போகவேண்டும் என்று கட்டை அவித்து விடக் கெஞ்சுவாள். கொஞ்ச நேரத்தில் 'காச் காச்' என்று கத்துவாள் என்பதால் கெஞ்சும் போதே அகலமான ஒட்டுப்பட்டையை அழுத்தி ஒட்டி, வாயை அடைப்பதுதான் வழக்கம்.

கண்ணைத் துடைத்தவளாக மிரட்சியுடன் வேடிக்கை பார்த்துக் கொண்டிருந்த கவிதாவின் கைத் தொலைபேசி மினுங்கியது. சுற்றுமுற்றும் பார்த்தவாறே, ''நீ எடுக்கல. அதான் மெசேஜ் விட்டேன். அம்மாவுக்கா? ம், இப்ப சொந்தமாப் படுக்கைய விட்டு எழுந்திருக்க முடியுது. செலவுதான் கண்டபடி ஆகுது. இந்த வேலைய விட்டா ரொம்பவே கஷ்டமாயிரும். அதான், பல்லக் கடிச்சிட்டு இருப்போம்னு நெனச்சேன். ஆமா, அவனே தான். எனக்கு வர்ற ஆத்திரத்துக்கு @#$%& அவன கழுத்த நெறிச்சிரலாமான்னிருக்கு. அம்மாவுக்கா? இல்ல, தெரியாது. சொல்லிராத. கொஞ்சம் முன்ன போன் அடிச்சேன். இன்னைக்கி ராத்திரி உங்க வீட்டுக்குப் போறதாச் சொல்லியிருக்கேன். கேட்டா நீயும் அதையே சொல்லிரு. இல்லயே நா அழுவல்ல,'' என்று இணைப்பைத் துண்டித்தவள் முகங்கோணி அழுது கொண்டிருந்தாள். அழுகையை மறைக்க நினைத்தவளாக, சட்டென்று சுற்றுமுற்றும் பார்த்து விட்டு கைகளால் துடைத்துக் கொண்டாள்.

''ரொம்ப கெஞ்சினதால ஃபோன விட்ருக்காங்க. கண்டிப்பா நாளைக்கி வாங்கிருவாங்க,'' என்றேன். கட்டுப்பாட்டையும் மீறி அழுகை மீண்டும் வாயோரம் துடித்து கன்னத்தில் வழிந்தது.

யாரிடமும் பேச விரும்பாதவளாக இருந்தாள். சூழலைக் கண்டு அவள் மிக பயந்தது தெரிந்தது. விளையாடுவோமா என்று கேட்டாலும் தலையசைத்து ஆமோதிப்பதோ புன்னகைப்பதோ கண்களால் ஆமென்பதோ கிடையாது. கேட்ட கேள்விக்குத் தரும் பதிலாக நேராக வந்து உட்கார்ந்து மளமளவென்று காய்களை அடுக்கினாள். படுக்கைக்குப் போவதில்லை என்ற தீர்மானத்துடன் இருந்தவள் போல மேசையை விட்டு அகலவில்லை. மஞ்சள் மின் விளக்கு வெளிச்சத்தில் பல்லாயிரம் கோடுகளாகச் சொறிந்த மழையைப் பார்த்தபடியிருந்தாள்.

நள்ளிரவு முதல் என்னுடன் மூன்றாவது ஆட்டம். இரண்டு முறையும் என்னைத் தோற்கடித்திருந்தாள். இம்முறையேனும் அவளை வெல்ல முடியுமா தெரியவில்லை. சடசடவென்று அதற்கான வாய்ப்புகளை எல்லாம் அவள் துரத்தியடித்தாள். கண்டிப்பாக சதுரங்கத்தில் ஓர் உயர்ந்த நிலையை எட்டியவளாகத் தான் இருக்க முடியும்.

மற்ற பெண்களுடன் மாறி மாறி ஆடிக் கொண்டிருந்தவளை முதல் தடவை நான் கூப்பிட்ட போது சடாரென்று தலை நிமிர்த்தி என்னை அவள் கண்ட கணத்தில் அவளது கண்கள், ''நீங்க ஒரு ஸ்டாஃப் நர்ஸ். நானோ ஒரு நோயாளி. அதுவும் மனநல நோயாளிகள் வார்ட்ல சேர்க்கப்பட்டிருக்கேன். என்னையவா உங்ககூட விளையாடக் கூப்டறீங்க?'' என்று ஏதேதோ பேசின. கண்ணீர் திரண்டு விடுவது போலக் கண்களிரண்டும் மின்னின.

அவளுடைய கைப்பேசி மீண்டும் அடித்தது. என்னைப் பார்த்து லேசாகத் தலையசைத்து விட்டு மறுபுறம் திரும்பி குரலைத் தழைத்துக் கொண்டு பேசினாள். ''கண்டிப்பா இல்ல. ஒரு கோபத்துல தான் அப்டி சொன்னேன். அந்த டெரிக் #$%&@ கம்ம. சரியான குள்ள நரி. $%&@# விஷயத்த நா வெளிய சொல்லிருவேன், நா குதிச்சிட்டாலும் அவனுக்கு சிக்கல்னு சாமர்த்தியமா முந்திகிட்டான் படுபாவி. நாமட்டும்

நல்லாப் படிச்சிருந்தா இவனுகளோட இப்டி கஷ்டப்பட்டிருக்க வேணாம். ப்ளீஸ், காலைல சீக்கிரமா வந்து என்னக் கூட்டுப் போய்ரு,'' என்றவாறு இணைப்பைத் துண்டித்து விட்டு என்னைப் பார்த்து உட்கார்ந்து கொண்டு மறுபடியும் காய்களை அடுக்கினாள். ஆறாவது நிமிடத்தில் ஒரு யானை, ஒரு குதிரை, இரு சிப்பாய்களை அனாயாசமாக வெட்டித் தள்ளியிருந்தாள். சலனமில்லாத இறுகிய முகபாவனையைத் தொடர்ந்தாள்.

நான் விளையாடி வருடங்களாகிவிட்டன என்ற காரணத்தைச் சொல்லவே எனக்குத் தயக்கமாக இருந்தது. பள்ளிக் காலங்களில் சதுரங்கத்தில் முதலிரு இடத்துக் கீழே நான் போனதில்லை. இருப்பினும், படிப்பை முடித்தே பத்தாண்டுகளாகின்றன. பார்க்க பதினாறு போலத் தெரிந்த அவளோ இருபத்தியோரு வயது நிரம்பிய யுவதி.

எனக்கு அழைப்பு வந்திருப்பதாகக் கூப்பிட்டார்கள். ஒரேயொரு நிமிடம் பேசிவிட்டு வந்து பார்த்தால் கவிதாவைக் காணோம். கழிவறைக்குத் தான் போயிருப்பாள் என்று எண்ணியது போலவே அங்கே கண்ணில் பட்டது அவளது பீதி அப்பிய முகம். சடாரென்று அருகில் சென்று இடப்புறத்தில் எட்டிப்பார்த்தால் அஸ்மா அங்கே 'டாய்லெட் டிஷ்யூ' ரோலை விறுவிறுவென்று இழுத்துக் கொண்டே பல்லைக்காட்டிச் சிரித்தது தெரிந்தது. ''அய்யய்யோ, லோராஸ்பாம் கொடுக்க மறந்துட்டாங்க போல,'' என்றேன் கவிதாவைப் பார்த்து. அவளோ அஸ்மா வைப் பார்த்து அழுது கொண்டிருந்தாள்.

''அஸ்மா, கம் லெட்'ஸ் கோ,'' என்று மெதுவாக அவரது கையைப் பற்றி இழுத்து கூடத்துக்குக் கூட்டி வந்து அவரது படுக்கையில் படுக்க வைத்தேன். நெளிந்து திருகியவர் ஓர் அதட்டுப் போட்டதும் அசையாது கால்நீட்டிக் கண்மூடினார்.

மேசையில் தலையைக் கவிழ்த்துக் கொண்டு அமர்ந்திருந்தாள். ''பேசாம நீயும் போய் படுத்துத் தூங்கலாம்ல? மணி ஒண்ணாச்சி, தெரியுமா?'' என்றேன்.

சற்றுத் தயங்கியவாறே, ''உன்கிட்ட ஒண்ணு கேக்கலாமா?'' என்றேன். என்ன என்பது போல நிமிர்ந்து பார்த்தாள். ''நீ எப்டி இங்க?'' என்று நான் கேட்டதுமே முதல் நொடியில், ''ப்ச, இதுக்குத் தானா இவ்ளோ பீடிகை'' என்பது போன்ற ஏளனம் மின்னி மறைந்தது.

''பிடிக்கல்லன்னா வேணாம்,'' என்றவாறே நகர்ந்த என் தோளை இறகெனத் தொட்டாள்.

அவளது பார்வையில் அதுவரை இருந்த வெறுமை உயிர் பெற்று சற்றே சலனங்காட்டியது. பதிலாக ஏதோ சொல்ல வருகிறாளோ என்று நினைக்கும் அளவிற்கு ஒரேயொரு கணம் கண்களில் லேசான ஈரமின்னல் தெறித்து மங்கியது. திறந்த வாயைச் சட்டென்று மூடிக் கொண்டாள். கூர்ந்த என் பார்வையைச் சந்திக்க விருப்பம் இல்லாதவளாகக் கண்களைத் தாழ்த்திக் கொண்டவளின் வாயோரம் லேசான துடிப்பு. எதையோ சொல்லவரும் அசைவாக இல்லாமல் அழுகைக்கு முன்பானதாக இருந்தது. வந்த அழுகையைக் கட்டுப்படுத்திக் கொள்வது தெரிந்தது. ''பேச ஆரம்பிச்சா அழுக வரும் அதான்..,'' என்றவள் குரலில் மயில் அகவுவது போன்றதொரு பிசிறு தட்டியது.

இருவருமாக மேசையை அடைந்தோம். ''இன்னொரு ஆட்டம் ஆடலாம்,'' என்று சதுரங்கப் பலகையைச் சுட்டினேன்.

வலது கையால் தன் சிறிய காதுக் கம்மலை நிமிண்டியவாறே, ''எப்பயுமே என் பாஸ் பிரச்சினை செஞ்சிட்ருந்தான். ஒரே ஒருநாள் என் கூட வந்து இருந்தா கொறஞ்சா போயிருவன்னு நெறைய தடவ மெரட்னான் அந்த சீனத் %-:×÷ . போன வாரம் ஆனுவல் டி அண்ட் டில நிறைய நிகழ்ச்சிகள் இருந்துச்சி. நா இன்னொரு கூட்டாளியோட டான்ஸ் ஆட்னேன். நா டிரெஸ் மாத்தறப்ப அம்மணமா வீடியோ எடுத்து ப்ளாக் மெயில் பண்ணான். வெளிய சொன்னா யூட் யூப்ல போட்ருவேன்னான்''

''போலிஸ்கிட்ட சொல்லிர வேண்டியது தானே.''

''அம்மா ஹார்ட் பேஷண்ட். பொட்டுனு உயிர விட்ருவாங்க.''

முதலில் வெள்ளையைத் தன் பக்கம் வைத்தவள் திருப்பி கருப்பையே தெரிவு செய்தாள். சில நிமிட ஆட்டம் மௌனமாகவே கடந்தது.

குதிரையைப் பின்னகர்த்திய என்னுடைய அசைவை கவனித்தவள் தனது யானையைக் கொண்டு என் குதிரையைத் துரத்துவதா அல்லது என் ராணிக்கே நெருக்கடியைத் தரலாமா என்று யோசிப்பதை அவள் கண்களும் உடல்மொழியும் காட்டின.

''பேசாம உங்க அப்பாகிட்ட சொல்லிரேன்.''

''அப்பா இல்ல. சூதாடி, குடிச்சி, சூதாடி, குடிச்சிக் குடிச்சே செத்தாரு. ரெண்டு வருஷமாகப் போகுது. இருந்தப்பயும் நிம்மதி இல்ல. போனப்புறமும் நிம்மதி இல்ல, எங்களுக்கு. அவரு சேத்து வச்ச கடனையெல்லாம் அடக்கறதுக்குள்ள நா கெழவியாயிருவேன்னு தோணுது. எங்கம்மாவுக்கு என்ன விட்டா யாருமில்ல.''

எதிர்பாராத நேரத்தில் உரக்கப் பாட ஆரம்பிப்பது லட்சுமியின் வழக்கம். ஆனால், அன்றைய இரவு பாட்டு வரிசை நிற்கக் காணோம். நேரமாக ஆக, அடுத்தடுத்த பாட்டுக்கு சத்தம் கூடியபடியிருந்தது. 'சட்டி சுட்டதடா, கை விட்டதடா', 'போனால் போகட்டும் போடா,' என்று எல்லாமே சோகமான, விரக்தியான பழைய தமிழ்த் திரைப்படப் பாடல்கள். இனிமையாகப் பாடுவதாக அவர் நினைத்துக் கொள்வார். ஆனால் அது வெறுமனே ஒப்பிப்பது போலவே இருக்கும். எப்போதும் இருக்குமிடம் தெரியாமல் இருக்கும் லக்ஷ்மி பாட ஆரம்பித்தால் எல்லோரையும் ஒருவித பதட்டத்தில் தள்ளுவார். ஹாலோபெரிடோல் ஊசி போட்டால் தான் சற்றே அடங்குவார். சட்டென்று, ''அங்கே சிரிப்பவர்கள் சிரிக்கட்டும், அது ஆணவச் சிரிப்பு'' என்று கவிதாவை கைநீட்டிப் பாடியதைக் கேட்டதும் எனக்குள் சிரிப்பு கிளம்பியது.

நல்ல வேளை கவிதா கவனிக்கவில்லை. கேட்டிருந்தால் அதற்கும் அழுதிருப்பாள். அச்சொற்கள் அவள் காதில் கூட விழுந்ததாகத் தெரியவில்லை. வேறெங்கோ பார்த்துக் கொண்டிருந்தாள். சன்னல் சட்டத்தில் துளித்துளியாக மழை நீர் இறங்கின.

"லக்ஷ்மிம்மா, ஊசி வேணுமா? பேசாம தூங்குங்களேன்," என்றதும் சடாரென்று இழுத்து முகத்தைப் போர்த்திக் கொண்டார்.

"இவங்கள்ளாம் தெளிவா இருக்காங்க, இல்ல?" என்றவளுக்கு என்ன சொல்வதென்று தெரியாமல் வெறுமேன வெறித்தேன்.

குனிந்து கால் செருப்பை நிமிண்டியபடி, "இவங்களயெல்லாம் வெளிய விட்டுட்டு வெளிய உள்ளவங்கள இழுத்துட்டு வந்து உள்ள அடச்சிரணும்," என்று குரலைத் தாழ்த்திக் கொண்டு அவள் சொன்ன அந்தச் சொற்களில் தெறித்த குரோதமும் விரக்தியும் என்னை ஒரு கணம் அசைத்தன.

நிமிர்ந்தவள் சூன்யத்தில் பார்வையைக் குவித்தாள். மீண்டும் விளையாடப் போகிறோமா என்றே தெரியவில்லை. எல்லோரும் உறங்கிய நிலையில் இவளை அப்படியே விட்டுவிட்டுப்போவதா அல்லது அங்கே உட்கார்ந்திருப்பதா என்று யோசித்தேன். கண்ணைச் சுழற்றியது. வண்டின் ரீங்காரமென மின் விசிறியின் ஓசை மட்டும் கேட்டது.

என் அசைவை உணர்ந்தவளாக மேசைமீது கிடந்த காய்களையே சில நொடிகள் உற்று நோக்கி விட்டு என் முகத்தைக் கூர்ந்து ஆராய்பவள் போலப் பார்த்தாள்.

"பேசாம நா இங்கயே இருந்தர்றேன், சிஸ்டர்."

சொல்வனம் இணைய இதழ் - அக்டோபர் 2014

தூரம்

முதல் ஒலியிலேயே அழைப்பை எடுத்தவன் அமிழ்ந்த குரலில், "ரயில்வே டிராக்வரை வந்துட்டேம்மா," என்றான். ஹலோ, ஹாய் எதுவும் சொல்லாமல் சடாரென்று அவன் அவ்வாறு தொடங்கியதிலிருந்தே கொஞ்ச நேரமாக உள்ளுக்குள் என்னோடு பேசிக் கொண்டிருந்திருக்கிறான் என்று பட்டது.

"ரயில்வே டிராக்கா? என்னடா சொல்ற?" என் குரலில் தெறித்த பதற்றம் எனக்கே அந்நியமாகப்பட்டது. ரயில்நிலைய அரவம் தூரத்திலிருந்து காற்றோடு கலந்து காதில் மோதியது. என்னவாக இருக்கும்? அவனுக்குப் பின்மாலைப் பொழுதுதான்.

என் வேலை நேரம் அவனுக்குத் தெரியும். எப்போதும் அவனாகக் கூப்பிடவேமாட்டான். நானே தினமும் காலையில் கூப்பிட்டால்தான் உண்டு.

"ஆர் யூ ஓகே? சாப்டியாடா கௌதம்? கூட?"

"ஐ'ம் அலோன்."

"யூ ஆர் நாட் அலோன், ஐ'ம் ஹியர் வித் யூ' மைக்கேல் ஜாக்சன் பாட்டையே எப்போதும் கேட்டுக்கொண்டும் பாடிக்கொண்டும் இருக்கிறாயே, அலுக்கவில்லையா என்று கேட்டால் அது அவளுக்கு மிகவும் பிடித்த பாடல் என்பான்.

ஏன் தனியாக இருக்கிறான்? ஏதோ சரியில்லை என்று பட்டது. கேட்டால் பாய்வான். அவனாகச் சொல்லும் வரை கேட்க முடியாது. பொட்டென்று துண்டித்து விட்டுப் போனாலும் போய்விடுவான். கூப்பிடாதவன் கூப்பிட்டிருந்தான். குரலும் தொனியும் வேறு ஏதேதோ சொல்லின.

''பேகம்பேட்?''

ஆமென்றவன் குரலில் துளிக்கூட சுரத்தே இல்லை. வேலையில் மூழ்கியதில் என்னால் அழைப்பை எடுக்க முடியவில்லை என்று விளக்க என்னிடம் பொறுமை இல்லை. வேலை முடித்து வந்த களைப்பில் உடலெங்கும் அடித்துப் போட்டது போல வலித்தது.

''கூப்டப்ப நீ போன எடுக்கலய,ா அதான் ஏதோ யோசனைல நடந்துட்டேன்.'' என்றவனிடம், ''கிட்ட இருந்தீன்னா இழுத்து செவிட்டுல ஒண்ணு விட்ருப்பேன்டா.'' தொண்டையில் உருண்டையாக அடைத்தது.

மிச்சமிருந்த கொஞ்ச நிதானமும் சடாரென்று கலைந்து மறைந்து வயிற்றைப் பிசைந்தது.

ஈராண்டுகளுக்கு முன்னர் பதறியடித்துக் கொண்டு பறந்தோடி ஒருவாரம் கூடவே இருந்து, இருபத்து நான்கு வயது இளைஞன் என்பதையும் மறந்து குழந்தைக்குச் சொல்வதைப் போல, ''இந்தக் காலத்துல தொடர்புல இருக்கறதொண்ணும் பெரிய கஷ்டமில்லடா'' என்றும், '' சீக்கிரமே நீ ஜெர்மனி போகறதுக்கான வழியப் பாப்போம்,'' என்றும் பேசிப்பேசி சமாதானம் சொல்லிவிட்டுத் திரும்பியதெல்லாம் நினைக்கும் போதே உடல் நடுங்கியது. எப்போதும் மதன் கூடவே இருந்தான் என்ற சின்ன நிம்மதி மட்டுமே மிச்சம்.

''இப்ப என்னடா ஆச்சி? மறுபடியும் டிப்ரஷனா? நேத்திக்குக்கூட நீ..,''

என்னை முடிக்கவிடாமல், ''ஜீன்..,'' என்றவனது குரல் உடைந்து கேட்டது. அடுத்த சொல் இல்லை. சின்னக் காரணம் போதும் அவனுக்கு, உள்ளுக்குள் சுருங்கி ஒடுங்கி ஒடுங்கி தன்னையே

மாய்த்துக் கொள்ளும் முனையில் போய் துடிப்புடன் நிற்பான். ஏதோ அது மட்டுமே தன்னுடைய, மொத்த உலகத்தினுடைய, பிரச்சினைகள் அனைத்துக்குமான ஒரே தீர்வு போல.

''அவளுக்கென்னடா இப்ப?''

அவள் சொந்த நாட்டுக்குத் திரும்பிச் சென்றதும் தொடங்கியது அவனுக்குள் ஆட்டிவைத்த மன அழுத்தப் பிசாசின் அடங்காத பேயாட்டம். இனி அவளைக் காணவே முடியாதென்ற வருத்தத்தில், எதிரே வந்த ரயிலுக்கு மார்பைக் காட்டியவாறு தண்டவாளத்தின் நடுவே தன்னை மறந்து நடந்தவனைக் கண்ட யாரோ முதியவர் பதறி அலறியதும் அங்கே நின்ற யாரோவோர் இளைஞன் பாய்ந்து இழுத்துக் காப்பாற்றியிருந்தான்.

''வேற ஆள் கெடச்சுட்டான்மா.''

ஒரு நிமிட மௌனத்திற்குப் பிறகு, ''அவங்க கல்ச்சர்ல அதெல்லாம் சாதாரணம்னு பேசிருக்கமே கௌதம். ஆமா, உன் ஃப்ரெண்ட் எங்கடா?'

விட்டது தொல்லை என்ற லேசான நிம்மதி ஏற்பட்ட அடுத்த நொடியிலேயே சின்ன குற்றவுணர்வு உள்ளுக்குள் நெருடியது. ''ஓரளவு எதிர்பார்த்தது தானேடா'' என்று கேட்க நினைத்து சொற்களை அப்படியே விழுங்கிக் கொண்டேன்.நெகிழ்ந்து கிடந்த அவன் மனம் கொந்தளிக்க அது போன்ற சொற்களே போதும்.

இனியாவது தானாகத் தேடிவரும் நல்ல சம்பந்தங்களை மெதுமெதுவாகப் புகைப்படப் பரிமாற்றம் என்ற கட்டத்துக்கேனும் முன்னகர்த்த முடியலாம் என்ற சின்ன மகிழ்ச்சியுடன் மனம் கணக்குப் போட்டது. ஆனால், முடியுமா? உடும்புப்பிடியைத் தோற்கடிக்கக் கூடியது அவன் பிடிவாதம். முட்டித் தான் பார்த்து விடுவோமே.

''அம்மா, என்னால தாங்க முடியலம்மா.'' கரகரத்த குரலில் சொன்னதைக் கேட்டதும் எனக்குள் பொங்கிய அழுகையைப் பந்தாகச்

சுருட்டி விழுங்கினேன். மீண்டும் விரிந்து வெளியே குதித்து விடுமோ என்ற பயத்தில் வாய் திறந்து எதையும் சொல்லத் துணியவில்லை.

அவனே சட்டென்று சுதாரித்தவனாக சற்றே தெளிந்த குரலில், ''ஆனா, அவ நல்லவம்மா. ரொம்ப நல்லாருப்பா.'' என்றான். மூவாயிரம் கிலோ மீட்டர் தொலைவில் இருந்தவனை ஒரேயொரு முறையேனும் அணைத்து ஆறுதல் சொல்லிவிடமாட்டோமா என்று உடலை விட்டுவிட்டு ஆவி மட்டும் பறந்து செல்ல முடியாமல் தவித்தது.

ஒருவருட காலத்துக்கும் மேல் அன்பைக் கொட்டிக் கொட்டி அவனை மகிழ்ச்சியில் குளிப்பாட்டி திக்குமுக்காட்டியவள். யார் பெற்ற பெண்ணோ, யாருடன் இருந்தால்தான் என்ன எங்கேயோ மகிழ்ச்சியாக வாழட்டும் என்று மிக நெகிழ்ந்து உண்மையாகவே வாழ்த்திய மனதை வைத்துக் கொண்டு என்ன செய்வதென்றே புரியவில்லை.

''அப்டின்னா அடுத்து என்னன்னு போய்ட்டே இருக்க வேண்டியது தானேடா?''

''அடுத்தா? இனி அப்டி எதுவுமே இல்ல எனக்கு,''

''அதான் உயிர விட்ருவோம்னு வந்தியாக்கும்? இரு, நானும் வரேன். ரெண்டு பேருமா சேர்ந்தே குறுக்க படுத்துப்பம்,'' என்று சொல்வேனென்று எதிர்பார்க்காதவனாக, ''ம்மா,.. விடும்மா. அதான் உன் கொரலக் கேட்டேன்ல, ஐ'ல்பீ ஃபைன்,'' என்றான் கெஞ்சும் தொனியில்.

அரை நிமிடத்திற்கு ஒன்றுமே சொல்லாமல் இருந்தான். மூச்சுக்காற்று மட்டும் காற்றோசையின் பின்னணியில் லேசாகக் கேட்டது. நடந்து கொண்டிருந்தான்.

ஃபேஸ்புக்கில் அவன் காட்டிய அவளுடைய படங்கள் எனக்கே மிகவும் பிடித்துத்தான் இருந்தன. பொன்னிற முடியும் வெளிர் சருமமுமாக அமைதியான தோற்றத்துடன் இருந்தாள். பெருமையும்

பூரிப்புமாக அவன் காட்டியபோது பெண் தேடும் படலமும் அவஸ்தையும் பொறுப்பும் விட்டது என்றுதான் முதலில் தோன்றியது.

‘‘அப்டிப் பாத்தா, உலகத்துல பாதிபேர் உயிர விட்ருக்கணும். கௌதம், மொதல்ல நீ ரூமுக்குப்போ. என் வேலயே போனாலும் போகட்டும்டா, காலைல மொத ஃப்ளைட்டப் பிடிச்சு வரேன்.’’

‘...’

சில நொடிகளுக்குச் சத்தமே இல்லை. தூரத்திலிருந்து ‘கபி கபி மேரே தில் மே கயால் ஆத்தா ஹே’ என்று குழைந்த முகேஷ் குரல் சன்னமாக விட்டுவிட்டு காற்றுடன் ஒலித்தது. லேசாக மூக்கை உறிஞ்சினாற் போலத் தோன்றியது.

‘‘அழுவுறியாடா?’’

‘‘ப்ச, அதெல்லாம் ஒண்ணும் இல்லம்மா. சாய்ந்தரமே ரூம்ல நெறைய அழுதிட்டேன். இனிமே அவளோட வாட்ஸ் ஆப் வாய்ஸ் மெசெஜஸ் மட்டும்தான் எனக்கான உலகம். அவ கொரலக் கேட்டு கிட்டேன் இருக்க வேண்டியதுதான். இப்ப மட்டும் நா உன்கிட்ட பேசிருக் கல்லைன்னா, ம், ஒருவேள உனக்கு ஒரு பிள்ளதான் மிஞ்சிருப்பானா இருக்கும். ஆனா, இனிமே நீ கவலப்பட வேண்டியதில்ல.’’

‘‘ஓ, என் கவலையெல்லாம்கூட இருக்காடா உனக்கு?’’

மீண்டும் அரை நிமிடத்திற்கு அவனது மூச்சுக் காற்று மட்டுமே கேட்டது. எந்த மனநிலையில் இருக்கிறான் என்று அறியவென்றே அழைத்துப் பேசுவதை உள்ளூற அறிந்து தானோ என்னவோ, பெரும்பாலும் என்மீது எரிந்து எரிந்து விழுவான்.

‘‘மதன் எங்கடா? ஃப்ளாட்ஃபாம்ல ஏறிட்டியா கௌதம்?’ சுள்ளென்று விழுவானே என்று தயங்கிக் கொண்டே தான் கேட்டேன்.

சின்ன சலிப்புடன், ‘‘மெயின் ரோட்டுக்கே வந்திட்டேம்மா.’’ என்றான். வாகன இரைச்சல் சத்தங்களை அப்போது உணர்ந்தேன்.

பேசத் தொடங்கிய சில நிமிடங்களிலேயே, 'இன்று என்னம்மா சமைத்தாய்?' என்று வழக்கமாகக் கேட்கும் கேள்வியை கௌதம் அதுவரை கேட்டிருக்கவில்லை.

''பாபு, ஈ அட்ரசு தெலுசா..?''

''சாரி, ஐ டோண்ட் நோ தெலுகு.'' என்றான்.

''யாருடா அது?''

''யாரோ தாத்தாம்மா அட்ரஸ் கேட்டாரு. தெலுங்குல எழுதிருக்கு. எனக்குப் பேசவே வறாது, எப்டிப் படிக்க? மொறச்சிட்டுப் போறாரு''

''நேர ரூமுக்கு தானேடா?''

கேள்விக்கு பதில் ஏதும் சொல்லாமல் சட்டென்று வலுவில் சாதாரணமாக மாற்றிக் கொண்ட குரலில், ''பூஜாட்ட கேட்டேம்மா, நல்லவனாம். பாக்கக்கூட என்ன மாதிரியே இருக்கானாம். போட்டோ கேட்டு அனுப்பறேன்னு சொல்லிருக்கா. பாவம் ஜீன் என்கிட்ட எப்டி சொல்றதுன்னு தெரியாம அஞ்சாறு மாசமாவே மென்மென்னு முழுங்கிருக்கா மாமா.''

''ம், இப்பவும் அவதான் பாவம்.''

''ம்மா, ப்ளீஸ்மா. உனக்குதானே மொதல்ல ஃபோனே பண்ணேன். ரொம்ப ஆச்சரியம் என்ன தெரியுமாம்மா, அவனுக்கும் கிட்டத்தட்ட என்ன மாதிரியே குணமாம். க்வொயட் அண்ட் இண்ட்ரோவர்ட். ப்ச், டிசம்பர்ல உன்னப் பார்க்க சிங்கப்பூர் வரதா இருந்தோம்...''

''அட் லீஸ்ட் நீயாவது வாடா. ஒருவாரம் லீவு போட்டு.''

''ச்சான்சே இல்லம்மா. புதுவேல, இன்னும் ஒரு வருஷத்துக்கு லீவே கெடையாது எனக்கு. வந்தவன் நல்லவன்னு தெரிஞ்சப்புறம் தான் எனக்குக் கொஞ்சம் சமாதானம்.''

''நாளைக்கே கௌம்பறேன்.''

''ஸ்டாப் இட்மா. என்ன வெளாடறியா? எங்க தங்குவ? சொன்னா கேக்கமாட்ட? மாமா ஃபேமிலியும் ஊர்ல இல்ல. ஹோட்டல்னா உனக்கு ஒரே அலர்ஜி. நா இருக்கறதோ பேச்சலர்ஸ் அபார்ட்மெண்ட். இப்பதான் நீ மெதுவா ரிகவர் ஆயிட்ருக்க. எதுக்கு அனாவசிய அலச்சல்? உன் கொரலக் கேட்டதும் சரியாயிட்டேன்னு சொல்றேன்ல? வேற என்ன வேணும் உனக்கு? பேசாம இரும்மா'' என்று படபடவென்று பொரிந்தான். அவனுக்குள் திரும்பியிருந்த சிடுசிடுவென்ற அந்தக் கோபமே அவன் துளித் துளியாக இயல்புக்குத் திரும்பும் அறிகுறியைச் சொன்னது.

அதனால்தான், ''ம், என்னய நல்லா எகிறத் தெரியும்,'' எனும்போது வழக்கமாக என்னுள் எழும் எரிச்சலோ ஆயாசமோ இல்லாமல் லேசான நிம்மதி பரவியது எனக்குள்.

''எங்க அந்த தடியன் மதன்னு எத்தன தடவ கேட்டேன். ஏண்டா பதிலே சொல்லல?'

'ஜீன் விஷயம் கூட இனிமேதான் அவங்கிட்ட சொல்லணும். ஒரு செகண்ட் லைன்ல இரு.'' சரியென்று காத்திருந்தேன்.

''வாட்ஸ் அப் வந்திருக்கும்மா,'' திடீரென்று பரபரத்தான். குரலில் சட்டென்று தொற்றிய ஓர் அவசரம். ''ஊருக்குப் போயிருந்தான்ல, வந்துட்டான். லக்கேஜ் அதிகமிருக்கு, வாடான்றான். எனக்குப் போற மூடே இல்ல. பட், போகல்லன்னா கண்டபடி திட்டுவான். இல்லன்னா பேசவே மாட்டான். போறேம்மா. காலைல கூப்டு, பை,' என்றவன்,

''டேய் டேய் கௌதம், ஒரு நிமிஷம்..,'' பட்டென்று துண்டித்துவிட்டான்.

இன்னும் பத்தே நிமிடத்தில் மதனுடன் இருப்பான்.

நவீன விருட்சம் (100வது இதழ்) 2016

கை

"ஒரே ஒரு நிமிஷம் வாயேன்," இரண்டாவது தடவை அம்மா கூப்பிட்டபோது ஹேண்ட்பேக்கில் பாஸ்போர்ட் எல்லாம் இருக்கிறதா என்று சோதித்துக் கொண்டிருந்தாள் கயல். கைப்பையை அப்படியே வைத்துவிட்டு குப்புறப் படுத்திருந்த அமுதன் முதுகில் கை வைத்து மெதுவாகத் தடவிய சில நொடிகளியே அவன் உறங்கிவிட்டான். வைத்த கண் வாங்காமல் அவனையே பார்த்துக் கொண்டு படுக்கை விளிம்பில் உட்கார்ந்திருந்தாள்.

சாம்பிராணி மணமும் வெங்காய சாம்பார் வாசமும் சன்னலூடாக ஓய்ந்திருந்த கனமழையின் ஈரமணமும் சேர்ந்து, அமுதன் அருகிலேயே இழுத்துப் போர்த்திக் கொண்டு படுத்துவிட மாட்டோமா என்றிருந்தது அவளுக்கு.

முதுகில் கை பட்டதுமே சடாரென்று எழுந்தாள். அம்மா கண்களைத் தவிர்த்த அதே கவனத்துடன் அம்மாவும் தவிர்ப்பது தெரிந்தது. "வா," என்று ரகசியக் குரலில் அழைத்த அம்மா, "ரோடெல்லாம் படுமோசமாக் கெடக்காம். சீக்கிரமே கௌம்பறது நல்லது" என்றாள்.

கால்களைக் கிட்டத்தட்ட இழுத்துக் கொண்டுதான் நகரவேண்டி இருந்தது. அடுத்த அறையில் தயாராய் வைத்திருந்த பயணப்பையைத் தூக்கிக் கொண்டு வாசலுக்குச் சென்று காலில் செருப்பை மாட்டிய கணத்தில் சடாரென்று உதறிவிட்டு அறையை நோக்கிப் பாய்ந்தாள்.

அடைத்த அழுகையையும் தளும்பத் தயாரான கண்ணீரையும் அப்படியே கூட்டி விழுங்கியவள், அறைக்குள் நுழையாமல் அமுதன் முகத்தையே பார்த்தபடி வெளியே நின்றாள். அருகில் செல்லத் துணிவில்லை. எழுந்து விடுவானோ என்ற பயத்தைக் காட்டிலும் உடைந்துவிடுவோமோ என்ற பயமே ஓங்கியிருந்தது.

பின்னால் அம்மா வந்து நிற்பதை உணர்ந்தாள். அவள் நிலையை அம்மா முழுமையாக உள்வாங்குவதற்குள் கிளம்பிவிட வேண்டும் என்ற அவசரத்தில் பரபரவென்று வாசலை அடைந்து செருப்பை மாட்டிக் கொண்டாள். ''நேத்தி அவ்ளோ தைரியமாப் பேசின, இன்னைக்கி இப்டி தடுமாறுவன்னு,'' அம்மா வாக்கியத்தை முடிக்கு முன்னர், ''ஓகேம்மா, கெளம்பறேன். எந்திருச்சதும் கொஞ்சம் அழுவான். கார்ட்டூன் போட்டா பார்த்துகிட்டு சரியாயிடுவான்,'' என்று கூறியவாறே காருக்குள் ஏறினாள். ''உங்கை மேல பட்டா உடனே அடங்கிருவான்,'' என்று உருகிய அம்மாமேல் சுர்ரென்று வந்த கோபத்தை அடக்கிக் கொண்டாள்.

பெட்டியை எடுத்து வைத்துக் கொண்டே, ''பிள்ளையார் சதுர்த்திக்காச்சும் இருந்துட்டுக் கெளம்பியிருக்கலாம்,'' என்றார் அப்பா. ''வரேம்பா. சிங்கப்பூர்தானே, ஏறி உக்காந்தா நாலே மணிநேரம்.''

''ம், ரிசீவ் பண்ண மாப்பிள்ள ஏர்போர்ட்டுக்கு வருவாரா?''

***

ஸ்கைப்பில் மகனைப்பார்த்த கயல் லேசாக உணர்ச்சி வசப்பட்டாள். ஆனால் அவனோ சட்டென்று, ''தாத்தா எனக்கு ஊஞ்சல் வாங்கிருக்காங்களே,'' என்று தொடங்கிப் பேச ஆரம்பித்து விட்டான் அமுதன்.

ஏதேதோ அரட்டையெல்லாம் அடித்துவிட்டு, ''நாளைக்கி வரியா?'' என்று அவன் கேட்டபோது, ''ஆஃபிஸ் இருக்கேடா,'' என்றாள்.

''ஊஞ்சலப் பாத்துட்டு உடனே போய்டும்மா.'' கூடத்தில் தொங்கிய ஊஞ்சலில் அமர்ந்து லேசாக ஆடிக்கொண்டே அப்பா பேப்பர் படிப்பது பின்னால் தெரிந்தது.

''நீ உக்காந்து ஆடிக்காட்டு.''

''இல்ல, நீ வா. ரெண்டு பேரும் சேந்து ஆடலாம், ரொம்ப ஃபன்னா இருக்கும்.''

''சரி.''

''இப்பவே டிக்கட் போட்றியா.''

''மொதல்ல லீவு சொல்லும்டா. ஆமா, ஏன் இப்டி இருமற?''

அம்மா அடுப்படியிலிருந்து வந்தாள். ''அதையேன் கேக்கற? இப்பவே அம்மாவப் பாக்கப் போவோம்னு நேத்து ராத்திரி ஒரே அடம், அழுக. படுக்க வச்சி நானு, விஜி, பெரிம்மா எல்லாரும் மாத்தி மாத்தி முதுகத் தடவுனோம். ஹூஹூம். அடங்குவேனானு ஒரே ரகள பண்ணிட்டான். டயர்ட் ஆயித்தான் தூங்கினான். அதான் தொண்ட கட்டிக் கெடக்கு,'' என்று சொல்லிவிட்டு மீண்டும் சமையல் வேலையைக் கவனிக்கப் போய்விட்டாள்.

''அம்மா, உனக்கு Sad ஜாலியா?''

''Sad தாண்டா''

''எனக்கு ஒரே ஜாலிதான்,'' என்றான் லேசாகக் குதித்துக் கொண்டே.

''சரி, சரி,''

''உனக்கு?''

''எனக்கும் ஒரே ஜாலிதான். அப்பாவும் நானும் நேத்தைக்கி ஸ்விம்மிங் போனோமே,''

கையைத் துடைத்துக் கொண்டே வந்த அம்மா, ''இங்க பாரு கயல், ஒண்ணு வேலைய விட்டுட்டு பிள்ளையக் கூட்டுப் போயி கூட

வச்சிக்கப் பாரு. இல்லன்னா மூட்ட முடிச்சக் கட்டிட்டு வரப் பாருங்க. நீங்கபட்ற பாட்ட காணமுடில,''

''சொல்லிருக்கேம்மா மெயிட் ஏஜெண்ட்கிட்ட. பகல்ல பாத்துக்க ஆள் இருந்த இப்போதைக்குச் சமாளிக்கலாம். அமுதனக் கூட்டிட்டு வந்து ரெண்டு மூணு மாசம் இங்க இருக்கியாம்மா?''

''அப்பாவ விட்டுட்டு எப்டி?''

''அவரும் வரட்டுமே.''

''பிசினஸ விட்டு கௌம்ப மாட்டாரு. வந்தாலும் ஒரே ஒரு வாரம்தான்''

''அப்ப ரெண்டு பேரும் அங்கயே இருங்க.''

''ஆமா, ஏதும் சாப்டறியா இல்லையாடி?''

''நல்லாதாம்மா சாப்டறேன். திரும்பவும் ஆரம்பிக்காத.''

''பின்ன ஏண்டி கழுத்து எலும்பெல்லாம் எண்ணிக்கோ எண்ணிக்கோன்னிருக்கு?''

''தெர்ல.''

''நாளைக்கி பாட்டி கொலு வைக்கப் போறாங்களே.''

''டேய் ஆஃபீசுக் கௌம்பணும்டா. நாளைக்கி ஸ்கைப்ல வரேன்.''

''கை கை, அம்மா கை.''

விரல்களை விரித்து கையை திரை அருகே அகலக் காட்டினாள் கயல். ஐபேட்டை கன்னத்தில் வைத்துத் தடவிக் கொண்டேன் படுக்கையில் செல்லமாய் சாய்ந்தான்.

***

''ரூமுக்குள்ள அம்மா இருப்பா,'' என்று சொல்லிக் கொண்டே பாட்டி கையைப் பிடித்து இழுத்தான். இருக்கையை விட்டு எழக்கூடிய

அறிகுறியைப் பாட்டி காட்டாததால் தானே எழுந்து சென்று கதவருகே நின்று ஒருமுறை திரும்பிப் பார்த்தான் அமுதன்.

சோர்ந்து சாய்த்திருந்த பாட்டி தலையை நிமிர்த்தித் தன்னைப் பார்ப்பதைக் கண்டதுமே அவன் முகத்தில் சிறிய வெற்றிப் புன்னகை விரிந்தது. பெரிய மனிதத் தோரணையுடன் தலை சாய்த்தும் குனிந்தும் ஒருக்களித்திருந்த கதவிடுக்கு வழியாக உள்ளே பார்க்க முயன்றான். ''அம்மா!''

''யாரு?'' என்று உள்ளேயிருந்து யாரோ கேட்டதும் விருட்டென்று ஓடி வந்து பாட்டியைக் கட்டிக் கொண்டான். '' 'பயந்துட்டியா?'' என்று கேட்டவாறே பாட்டி அவனைத் தூக்கி அடுத்த நாற்காலியில் இருத்தினார். ''ரொம்பக் காச்சலா?'' நெற்றியில் கைவைத்துப் பார்த்தார்.

ஒன்றும் சொல்லாமல் சில கணங்களுக்குப் பாட்டி முகத்தையே பார்த்துக் கொண்டிருந்தான். ''என்னடா செல்லம்?'' என்றதுமே, ''அம்மா எப்ப வருவா?'' என்று கேட்டான்.

''வருவாடா,'' என்ற பாட்டியை அலுப்புடன் பார்த்து, ''நாளைக்கா?'' என்றான். ''ஆமா,'' என்றார். கேட்டுக்கு வெளியே தெருவில் போன நாயை வேடிக்கை பார்த்தவனை மறந்து மீண்டும் தலை சாய்த்துக் கண்மூடினார்.

கொஞ்ச நேரத்திலேயே ஒற்றை விரலால் பாட்டி கையைச் சுரண்டினான். ''போரடிக்குதா? இந்தா வெளாடு,'' என்று கைத்தொலைபேசியைத் தந்தார்.

பாட்டி பெயரை தாதி கூப்பிட, அறைக்குள் சென்றவர் பின்னாலேயே அவனும் போனான்.

''டேய் குட்டிப் பயலே, எப்டிடா இருக்க?'' என்று டாக்டர் கன்னத்தைத் தடவினார். சற்றே நெளிந்தவன், ''என்ன நெனச்சீங்க? நா நர்சரின்னா? நா எல்கேஜி, தெரிமா உங்களுக்கு?''

87 ஜெயந்தி சங்கர்

உற்சாகமாகச் சிரித்துக் கொண்டே, ''சரி. அதுக்கப்புறம் என்ன படிப்ப?'' என்ற அவன் வாயை மேலும் கிண்டினார்.

''காலேஜ்.''

''அதுசரி. எப்ப சிங்கப்பூர் போவ?''

''எங்கம்மா தீபாவளிக்கி வருவாங்களே.''

***

''அண்ணான்னு சொல்லலன்னா பரவால்லம்மா, ஒண்ணும் சொல்லாத. பெரியவனானப்புறம் சொல்வான்ல?''

''அப்ப உனக்கு தம்பிதான் வேணுமா?''

''இல்லல்ல, தங்கச்சிப் பாப்பா. மா, கக்கா, உச்சா எதுவும் போகாதாம்மா. அப்பதான் பாப்பா சீக்கிரம் பெரிசாகும்.''

''சாதத்த வாய்ல வாங்கிட்டுப் பேசுடா. பாரு, பாட்டி நீட்டிக்கிட்டே இருக்காங்க.''

''எப்பம்மா என்னக் கூட்டுப் போவ?'' என்று கேட்டான் சாதத்தை விழுங்கியவாறு.

''லீவு கெடச்சதும் வரேண்டா.''

''மா, பாட்டி வீட்டுக்கிட்ட இருக்கில்ல ஆஃபிஸ்.''

''ஆமா, அதுக்கென்ன?'' எனக் கேட்டாள் கைத்தொலைபேசியில் குறுஞ்செய்திகளை நோட்டமிட்டபடி.

''அந்த ஆபீசுக்கு போயேன் நீ.''

''இல்லடா. உனக்குப் புரியாது.''

''பாப்பாக்கு ஐபேட் வாங்கவா?''

''ஆமா. சரி நீ போயி தூங்கு.''

"என்னோடதக் குடுக்கறேம்மா பாப்பாக்கு."

"பை சொல்லுடா."

"எங்களுக்கு தெர்ட்டி வெளக்கு இருக்கே," என்று கூறிக் கொண்டே வாசலுக்குப் போய் கார்த்திகை விளக்குகளைக் காட்டினான்.

"சரி, பைடா."

"பை செல்லக்குட்டி, பட்டுக்குட்டி," என்று ஐபேட் திரையை முத்தினான்.

"நீதாண்டா என் செல்லக்குட்டி." என்று சொல்லிய பின்னர், அவள் கையைக் காட்டும் முன்னரே ஐபேட்டை அணைத்திருந்தான்.

தூக்கம் பிடிக்காமல் இரவு நெடுநேரம் புரண்டபடியே கிடத்தாள்.

***

மீனம்பாக்கத்தில் ஊழியர்களுக்கு அவள் முகம் பழகிப் போயிருந்தது போலும். மூன்று நான்கு பேர் நன்கு தெரிந்தாற்போல புன்னகைத்தனர். பரபரத்த மக்கள் கூட்டம் அவளை ஏதோ செய்தது. அந்த நொடியிலேயே வீட்டிற்குப் போய்விட மாட்டோமா என்றிருந்தது கயலுக்கு.

பெட்டியைத் தள்ளிக் கொண்டு வெளியேறியவளை அம்மா, அப்பா, விஜி கூட்டமாய் சூழ்ந்தனர். அன்றாடம் ஸ்கைப்பில் பார்த்தும் பேசியும் வந்ததில் பேச ஒன்றுமில்லாமல், எந்தப் பரவசமும் இல்லாமல் இருந்தது. அம்மாவின் கைகளைப் பற்றினாள்.

பார்த்த கணத்தில் முன்னால் வராமல் பாட்டி பின்னால் போய் நின்று கயலை எட்டிப்பார்த்தான் அமுதன். உயர்ந்திருந்தான். அதனால் மெலிந்தாற்போலவும் தெரிந்தான்.

சென்றமுறை வந்தபோது பாய்ந்து வந்து கட்டிக் கொண்டானே என்று யோசித்துக் கொண்டே வலுக்கட்டாயமாகப் பிடித்திழுத்தாள்.

‘‘வா, வான்னு கூப்ட, இப்ப ஏண்டா பதுங்கற?’’ மேடிட்டிருந்த அவள் வயிற்றையே கூர்ந்து பார்த்தான். அவள் கவனம் முழுவதும் அவன் மீது குவிந்ததில், ‘‘இன்னுமா மசக்கை படுத்துது?’’ எனக் கேட்ட அம்மாவின் சொற்கள் அவள் காதில் விழாமல் காற்றில் கலந்தன.

வழியெல்லாம் காரில் காரணமே இல்லாமல் அழுதான். மடியில் படுக்க வைத்து முதுகில் தடவினாள் கயல். சிணுங்கியவாறே எழுந்து மறுபுறம் திரும்பி பாட்டி மடியில் தலை வைத்துக் கொண்டு தொடர்பில்லாமல் ஏதோ அரற்றினான்.

‘‘மத்யானம் தூங்கல, அதான். ஐபேட எடுத்து கன்னத்துல வையேன். ஸ்விட்ச் போட்ட மாதிரி சட்டுன்னு தூங்கிருவான்,’’ என்று உற்சாகப் பெருமிதத்துடன் சொன்னஅம்மாவை வெறித்தவாறே எட்டி பையில் இருந்து எடுத்தவளுக்கு தொண்டையை அடைத்தது. சில நொடிகளில் பாட்டி மடியில் அடங்கி உறங்கிப் போனவன் கன்னத்தின் மீது ஐபேட்.

மங்கையர் மலர் (ஸ்டார்எழுத்தாளர்சிறுகதை)-மே2015

இருக்கை

'சாமர்செட்' ரயில் நிறுத்தத்தில் முண்டிக் கொண்டு முன்னேறிய கூட்டத்தை இரு கைகளாலும் வலுவில் விரித்து விலக்கிக் கொண்டு முதியவர் ஒருவர் ஏறினார். தடுமாறியவாறே நுழைந்தவரைக் கண்டதும் ராகினி அனிச்சையாக எழுந்து தன் இருக்கையைக் கொடுத்து என்னருகில் உரசினாற்போல நின்று கொண்ட போது அவள் மேலிருந்து எனக்குப் பழக்கப்பட்ட நறுமணம் மூக்கைத் தடவியது. அவள் உட்கார்ந்திருந்தது ஒரு நடு இருக்கை.

மஞ்சள் பற்கள் தெரிய அகலமாகச் சிரித்தவர், ''தேங்ஸ்,'' சொல்லிக் கொண்டே ராகினியைக் கூர்ந்து பார்த்தார். அவளையே வைத்த கண்வாங்காமல் பார்த்தார். நன்றி சொல்ல இத்தனை சிரிக்கவும் இப்படிக் கூர்ந்து வெறிக்கவும் வேண்டுமா என்று எனக்குள் தோன்றியதும் பக்கவாட்டில் ராகினியைப் பார்த்தேன். என் பார்வையை உணர்ந்தவளாக தரையில் நிலைத்திருந்த தன் பார்வையை என்பக்கம் திருப்பி கண்களாலே என்னவென்று கேட்டாள். சிரிப்பை அடக்கிக் கொண்டு ஒன்றுமில்லை என்று தலையசைத்தேன்.

இடித்துக் கொள்ளாமல் நிற்குமளவில் கூட்டமிருந்தது. வீடு திரும்பும் பள்ளி மாணவர்களின் சளசளப்பு தான் அதிகமிருந்தது. ஒவ்வொருவரிலும் சோர்வை மறைத்த ஓர் உற்சாகப் பீறிடல். சுற்றிலும்

ஓர் உலகமிருக்கிறது என்பதை ஏற்க மறுத்தனரா இல்லை மறந்தனரா என்றுதான் புரியவில்லை.

முதியவர் சில நிமிடங்களுக்கு உட்காரவில்லை. உடனே உட்காராமல் சற்றே நின்றுவிட்டு உட்கார்வது பெரியவர்கள் வழக்கம் தான். ஆனால், திரும்பியவர் தன் கையில் இருந்த ப்ளாஸ்டிக் பையை இருக்கையில் வைத்துவிட்டு மீண்டும் ராகினியைப் பார்த்துப் புன்னகைத்துக் கொண்டு அப்படியே நின்றார்.

நின்று கொண்டே சரளமான ஆங்கிலத்தில், ''இப்பல்லாம் இளைஞர்கள் பெரியவங்களுக்கு எங்க மரியாத தராங்க?'' என்றார். பொதுவாகச் சொல்கிறார் என்றே தோன்றியது. ''முதியோருக்கு இப்டி இருக்கையக் கொடுக்கறது ஒருபுறமிருக்கட்டும். ஏறும் போது வழியாச்சும் விட்றாங்களான்னா அதான் இல்ல. அதோ, சொல்லிட்டே தான் இருக்காங்க,'' என்றபடி 'ரிசர்வ்ட் சீட்ஸ்' அறிவிப்பைச் சுட்டிக் காட்டினார். ''சில பேர் ரிசர்வ்ட் சீட்ல உக்கார்ந்துகிட்டே கவனிக்காத மாதிரி இருப்பாங்க, தெரிமா?''

அவரது பார்வை ராகினியின் முகத்திலிருந்து இறங்கி கீழே நிலைத்திருந்தது என்பதை நான் உணர்ந்த தருணத்தில் ரயில் 'நொவீனா'வை நெருங்கிக் கொண்டிருந்தது. இன்னமும் அவரது பை தான் இருக்கையில் வசதியாக உட்கார்ந்திருந்தது. உட்காரப் போகிறாரா இல்லையா என்றே தெரியவில்லை. உட்காரப்போகும் அறிகுறிகள் எதையுமே அவரது உடல்மொழி வெளிப்படுத்தவில்லை. அவரது கவனம் முழுக்க பேசுவதில் மட்டுமே இருந்தது. மிகச் சரளமாக ஆங்கிலம் நாவில் விளையாடியது.

அடர்த்தி குறைந்த வெள்ளி நெளிகளைத் தாங்கிய அந்தத் தலைக்குள் என்ன ஓடியதென்றே அனுமானிக்க முடியவில்லை. ஒரு வேளை அவர் சிந்திப்பதே வாயால் தானோ. என்னைப் பார்ப்பதே பெரிய பாவம் என்பது போல அவரது கண்கள் என் பார்வையை கவனமாகத் தவிர்த்தன. சுற்றிலும் பார்வையை ஓட்டினேன்.

''முன்ன மாதிரி இல்ல. ரயில் எப்ப பிரேக் டவுன் ஆகும்னே தெரியறதில்ல,'' என்று யாரோ கைப்பேசியில் சொல்லிக் கொண்டிருந்தார்கள். யாரோ வைத்திருந்த உணவுப் பொட்டலத்திலிருந்து கிளம்பிய மணம் பசியைத் தூண்டியது.

தவறியும் முதியவரது பார்வை என் பக்கம் திரும்பக் காணோம். என் எண்ணத்தைப் படித்தவர் போல ஒரே ஒருகணம் என் பக்கம் திரும்பி ஒற்றை அலட்சியப் புன்னகையை வீசிவிட்டு மீண்டும் ராகினியின் பக்கம் திரும்பி, ''தூங்கற மாதிரி உக்காந்துக்கறாங்க. இப்ப நீயே இருக்க, என்னயப் பார்த்ததும் எழுந்து நின்னு இருக்கைய எனக்குக் கொடுத்தல்ல? இதெல்லாம் யார் உனக்குச் சொல்லிக் கொடுத்தாங்க? தெரியாம தான் கேக்கறேன், யார் சொல்லிக் கொடுத்திருப்பாங்க, ம்?'' என்றவருக்கு எப்படி எதிர்வினையாற்றுவது என்று புரியாமல் தவித்த ராகினியின் நிலை படு சுவாரசியமாக இருந்தது.

மத்தியமாகப் புன்னகைத்தாள். அவளையறியாமல் இருக்கையிலிருந்த பையின் மீது அவள் பார்வை ஒருமுறை பட்டு மீண்டது. பெரியவர் பார்வை மீண்டும் அவள் முகத்திலிருந்து நழுவி நழுவி அவளது கழுத்துக்குக் கீழே விழுந்தது.

கொஞ்சம் நகர இடம் கிடைத்ததுமே, ''அறுவ தாங்கல. அந்தக் கதவு கிட்டப் போயிருவமா?'' என்று அவள் காதுருகில் குனிந்து கேட்டதற்கு, ''சீ, வயசானவர ஏன் இப்டி பேசற? கண்டுக்காம விட்ட, பேச்ச நிறுத்திருவாரு,'' என்றாள். ஆறாண்டு திருமண வாழ்க்கையில் எண்ணற்ற தடவை வியந்தது போலவே எல்லா மனிதர்கள் மீதும் என்றைக்குமே தேயாத அவளது அன்பை மீண்டுமொரு முறை வியந்தேன்.

''நல்லா மாட்டிக்கிட்டாங்க ரெண்டு பேரும்,'' என்று ஒரு வாலிபன் நண்பனிடம் உரக்கச் சொல்லிக் கொண்டே அங் மோகியோவில் இறங்கியோடினான். அவன் சிரிப்பில் உற்சாகமும் உல்லாசமும் ததும்பியது.

‘‘ம், என்ன சொல்லிட்டிருந்தேன்?’’ மீண்டும் ராகினியிடமிருந்து மெல்லிய கீற்றுப் புன்னகை.

‘‘ஆங், யாருமே உனக்குச் சொல்லிக் கொடுக்க முடியாது, இல்லையா?’’ இம்முறை அவள் எவ்வளவு முயன்றும் புன்னகை செயற்கைத் தன்மை பூசிக் கொண்டது. ‘‘தானா வரணும், என்ன? ம்? தானா வரணும்..,’’ மீண்டும் மீனைப்போல வழுக்கி வழிந்த அவரது பார்வை ராகினியின் கழுத்துக்குக் கீழேயே சென்றது. அவ்விடத்தை விட்டு நகர்வோமா என்ற சலிப்பு எனக்குள் கூடியபடி இருந்தது. ராகினியின் காதருகில் குனிந்து, ‘‘பேசாம இங்கயே எறங்கிருவமா?’’ என்றேன். வேண்டாமென்று தலையசைத்தாள். கையைப் பற்றியழுத்தியதும், ‘‘இன்னும் ரெண்டு ஸ்டாப் தானே?’’ என்று முணுமுணுத்தாள்.

‘பிராடல்’லில் இறங்கிய ஒரு மலாய் பெண்மணி, ‘‘கனக்-கனக் டன்பா இபு. அதான், இந்த வயசுலயும் அம்மா ஞாபகம் வருது போல,’’ என்றபடி இறங்கிச் சென்றார்.

இருக்கையையும் அதன் மேல் வீற்றிருந்த பையையும் பார்த்துக் கொண்டே முன்னகர்ந்த புதிதாக ஏறிய நடுத்தர வயதுச் சீனப் பெண்ணில், பையை எடுத்துக் கீழே வைத்து விடும் வேகம் தெரிந்தது. அதை கவனித்த முதியவர் உடலைத் திரும்பி இருக்கையில் இருந்த தன் பையைக் கையில் எடுத்தார். உட்காரப் போகிறார் என்று நினைத்தேன். அடுத்த நொடியில் சட்டென்று மீண்டும் அதே இடத்தில் வைத்து விட்டு, ‘‘உனக்கு ஒண்ணு தெரியுமா?’’ நின்று கொண்டே பேச்சைத் தொடர ஆரம்பித்தார். கும்பலாய் நின்றிருந்த நாலைந்து ஃபிலிப்பினா பெண்கள் உரக்கப் பேசுவதைச் சற்றே நிறுத்திவிட்டு அவரைப் பார்த்து கொல்லென்று உரக்கச் சிரித்தனர்.

அதெல்லாம் அவரைச் சலனப்படுத்தியதாகவே தெரியவில்லை. ‘‘உன்ன மாதிரி ஆட்கள் கொஞ்சம் அபூர்வம் தான்,’’ என்று ராகினியின் கவனத்தை மீட்க முயன்றார்.

பயணிகளில் சிலர் காதுகளையும் பலர் கண்களையும் எங்கள் பக்கமே வைத்திருந்தனர். இளையர்கள் சிலர் கையிலிருக்கும் திரையில் முழுகவனத்தை வைத்திருந்தாலும் அவ்வப்போது நிமிர்ந்து உரக்கப் பேசிய முதியவரைப் பார்த்துக் கொண்டனர்.

விடாமல் பேசவும் கேட்கவும் ஏதேதோ இருந்தது அவரிடம். "உனக்கென்ன வயசிருக்கும், ஒரு பத்தொன்பது இருபது இருக்குமா?"

வாயைத் திறந்து தனக்கு இருபத்தேழு முடிந்தாயிற்று என்று சொல்ல நினைத்த முக பாவத்தைக் கொண்டு வந்த ராகினி சட்டென்று மனதை மாற்றிக் கொண்டவள் போல பழையபடியே என்னை ஒட்டி நின்றுகொண்டாள். அனிச்சையாக நகரப் போன ராகினியை மிக இயல்பாகக் கையைப் பற்றி நிறுத்தி, "ரொம்பப் பேசறேனா?" என்று கேட்டார். இடைவெளியே விடாமல் அனைவருக்கும் கேட்கும்படி உரக்கப்பேசிய அவரையே எல்லோரும் கவனிக்க ஆரம்பித்திருந்தனர். பதில் எதிர்பார்த்துக் கேட்கப்பட்ட கேள்வியே அல்ல அது என்று எல்லோருக்குமே தெரியும். ராகினியோ அவரைப் பொருட்படுத்தாதவள் போல ரயிலுக்கு வெளியே பார்த்துக் கொண்டிருந்தாள். ஏறியதிலிருந்து அவ்வப்போது மிரட்டுவது போல அவள் கவனத்தைப் பேச்சால் தன் பக்கம் இருத்தியவாறிருந்தார்.

"இல்ல, நா என்ன சொல்ல வரேன்னா..," லேசான ரயிலாட்டத்தில் சற்றே தடுமாறிவிட்டு தொங்கிய பிடிமானத்தைப் பிடித்துக் கொண்டார்.

இடைவெளி கொடுக்காமல் அவர் பேசிக் கொண்டிருந்ததால் அவளால் என் முகத்தைத் திரும்பிப் பார்க்க முடியவில்லை. அவள் முகத்தில் நொடிக்கொரு மென்னுணர்வு ஓடியதைக் கூர்ந்து ரசித்தவாறே நின்றிருந்தேன்.

நமட்டுச் சிரிப்பை மறைக்கத் தெரியாத சிலர் இருக்கை மீது ஜம்பமாய் உட்கார்ந்திருந்த பையையே பார்த்துக் கொண்டிருந்தனர். அவர் உட்காரவேயில்லை. வேறு யாரையும் உட்கார விடவுமில்லை. வாயையும் மூடவில்லை.

''சின்ன வயசுப் பிள்ளைக நின்னுகிட்டு பெரியாட்களுக்கு இடம் தர்றது தானே முறை?''

வேண்டுமா வேண்டாமா என்ற லேசான தலையசைப்பு ராகினியிடமிருந்து. சகோதரிகள் போலத் தெரிந்த இரு பர்மியப் பெண்கள் எல்லாவற்றையும் ஆவென்று திறந்த வாயுடன் கவனித்தனர்.

''இல்ல அதானே பண்பு, ம்? ஆனா, எத்தன பசங்க செய்றாங்க? இந்தக் காலத்துல பிள்ளை வளர்ப்பே சரியில்லம்மா.''

தலையாட்டுவதா வேண்டாமா என்று தர்மசங்கடப்படுவதை மறைப்பவளாக முகத்தில் வழிந்த முடிக்கற்றைகளைக் கோதினாள். பைக்கு அருகிலிருந்து இருக்கையில் அமர்ந்திருந்த சீன மூதாட்டி, முதியவர் கையை லேசாகத் தொட்டு, 'இருக்கையில் உட்கார்ந்து கொள்,' என்று சைகை காட்டினார்.

திரும்பி ''ம், ஆமா. உக்காரத் தான் போறேன்'' என்று கூறிவிட்டு, மீண்டும் ராகினியைப் பார்த்து, ''என்னோட எக்ஸ் கலீக் ஒருந்தன் இருந்தான். அவனோட பிள்ளைங்க எல்லாம் முத்து முத்தா இருக்கும். பெரியவங்க கிட்ட என்ன ஒரு பணிவு தெரியுமா?'' இம்முறை தவிர்க்க முடியாமல் மத்தியமாய் புன்னகைத்தாள் ராகினி.

''ஆனா, பக்கத்து வீட்ல ஒரு குடும்பம் இருக்கு. எரும எருமையா ஒண்ணொண்ணும் வளந்து நிக்கும். ஆனா, ஒண்ணுக்குக் கூட 'மேனர்ஸ்'னா என்னன்னே தெரியாது.''

பிஷானில் ரயில் கதவு திறந்ததுமே எப்போதும் மூக்கில் மோதும் பூஞ்சாள மணம். ''ஸ்யேன்லா. என்ன ஒரு லெக்ச்சர் பாத்தியா. உக்கார இடம் கொடுக்கலன்றதப் பத்தி பேசிக்கிட்டே கெடச்ச எடத்துல உக்காரல மனுஷன். வேற யாரையும் உக்காரவும் விடல,'' என்றபடி இறங்கிச் சென்ற சீன இளம் ஜோடி குதித்தோடியது.

எல்லோர் காதிலும் விழுந்த அச்சொற்கள் கிழவர் காதிலும் விழுந்திருக்கும். ஆனால், ராகினி காதில் விழுந்திருக்குமோ என்பதில் அவருக்கு ஏதோ அசௌகரியம் ஏற்பட்டாற்போலத் தெரிந்தது.

ஓரிரு கணங்கள் என்னை உற்றுப் பார்த்துவிட்டு பேச்சை மாற்றும் முனைப்பில் ராகினியை நோக்கி, ''நெறமும் உயரமும் பாத்தா... நீ... வட இந்தியரா தான் இருக்கணும்னு எனக்குள்ள ஒரு தோணல். என்ன, சரிதானா?'' என்றவர் முகமெங்கும் அவளை மிகவும் மகிழ்வித்துவிட்ட பூரிப்பு பெருகியது. அக்கணத்தில் நிதானமெல்லாம் மாயமானது போலச் சடாரென்று என் கையைப் பற்றி இழுத்தவாறே கூட்டத்தை விலக்கிக் கொண்டு முன்னகர்ந்தாள் ராகினி.

புரியாமல் குழப்பப் பார்வை பார்த்த முதியவரின் பின்புறம் இருக்கை மீது இருபது நிமிடங்களாகச் சூழலை கவனித்தபடி சமைந்திருந்தது பை.

தாமரை - ஏப்ரல் 2014

நூல் பொம்மை

சரண்யாவை மேற்கொண்டு பேச விடாமல், ''நீ வர,'' என்றான் மதன் பல்லைக் கடித்தவாறு. ''ப்ளீஸ்,'' என்று அவள் கெஞ்சியதைப் பொருட்படுத்தாமல், ''இல்ல, வந்துதான் ஆகணும்,'' என்றான் கண்டிப்பான குரலில். தனக்கு சிங்கப்பூரில் வேலை கிடைத்த விஷயத்தைச் சொன்ன ஒரு மாதமாக மதன், ''நீயும் கௌம்பு,'' என்றபடியே இருந்தபோதிலும், கிளம்பும்போது அவள்மேல் இரக்கம் கொள்வான் என்றே எதிர்பார்த்தாள். ஆனால், அவனோ அதே புள்ளியில் திடமாக நின்றான்.

கைக்குழந்தையைச் சென்னையில் விட்டு விட்டு அவனுடன் கிளம்ப சரண்யாவுக்கு இருந்த தயக்கம் குறித்து அவனுக்குக் கொஞ்சங்கூட அக்கறையில்லை. ஒருமுறை அவன் நல்ல மனநிலையில் இருந்தபோது, ''குழந்தைய விட்டு என்னால இருக்க முடியாது மதன் ப்ளீஸ். புரிஞ்சிக்க மாட்டியா? யாரு பார்த்து கிட்டாலும் நாம் பார்த்துக்கற மாதிரியாகுமா?'' என்றபோதும், ''எங்கப்பாவும் அம்மாவும் ரொம்பவே நல்லா பாத்துப்பாங்க,'' என்று உறுதியாகச் சொல்லி விட்டான்.

''கொழந்தையக் கூட்டிட்டுப் போவோம் மதன்,'' என்று காலைப் பிடிக்காத குறையாகக் கெஞ்சினாள். ''வேணாம், ரொம்பச் சின்னக் கொழந்தையா இருக்கான். பிள்ளையக் குளிப்பாட்ட கூடத் தெரில

உனக்கு. அதுவுமில்லாம அப்பா, அம்மாவுக்குப் பேரனோட இருக்க கொள்ள ஆச,'' என்று சொற்களால் அடித்தான். பெரியவர்கள் இருவரும் ஒத்துக்கொண்டாலும் மதன் ஒத்துக்கொள்ள மறுத்தான்.

பெட்டி நிரப்பும் வேலையும் ஒருவழியாக முடிந்து கிளம்பும் நாளும் வந்தது. விமானநிலையத்தில் அத்தனை பரபரப்புகளுக்கு இடையிலும் சரண்யாவின் கவனம் முழுக்க தோளில் தூங்கிக்கொண்டிருந்த குழந்தை மீதே குவிந்திருந்தது. எல்லோரும் சளசளவென்று ஏதேதோ பேசிக் கொண்டிருந்ததுகூட அவள் கவனத்தைக் கலைக்கவில்லை. தோள்தொட்டு, ''சரி, வா. நேரமாச்சி,'' என்று மதன் சொன்ன நொடியில் கவனக் குவிப்பு சடாரென்று கலைந்தது. மாமனார் குழந்தையை அவளிடமிருந்து வாங்கியபோது உடலிலிருந்து ஒரு கொத்துச் சதையைப் பிய்த்தெடுப்பது போலவே உணர்ந்தாள்.

நான்கு மணிநேரப் பயணம் முழுவதும் அழுது கொண்டே இருந்தாள். பக்கத்தில் அமர்ந்து கொண்டு எதையெதையோ காட்டி உற்சாகப்படுத்த முயன்ற மதன்மீது கட்டுக்கடங்காமல் ஆத்திரம் பொங்கியது அவளுக்கு. அவன் காட்டிய திரைப்படத்தில் அவள் பார்வை நிலைக்க மறுத்தது. பெருகிய கண்களால் அவனை முறைத்தபடி இருந்தாள்.

❋❋❋

சிங்கப்பூர் வந்த பிறகும் குழந்தையை நினைத்து ஒவ்வொரு நொடியும் தவிப்பு. எப்போதும் குழந்தையைப் பற்றிய கவலை. அதனாலேயே அவளால் புது ஊரில் ஒன்ற முடியாமல் போனது. பகலில் அவள் அழுதால் மதன் திட்டினான். அதனால், இரவில் எழுந்து உட்கார்ந்து தனிமையில் சத்தமில்லாமல் அழுதாள். பகலில் ஒற்றை ஆறுதல் வார்த்தை பேசாதவன் இரவானால் மறக்காமல் அழைத்தான். சில சமயம் வலுக்கட்டாயமாக இழுத்தான்.

''ஐ'ம் வெரி டையர்ட் மதன். ப்ளீஸ், என்னத் தூங்க விடு. நேத்தைக்கே சரியாத் தூங்கல்ல நா,'' என்று சொல்லிப் பார்த்தாள்.

ஆனால், ''அரமணிநேரமாகுமா? அதுக்கப்புறம் நல்லாத் தூங்கேன். யாரு வேண்டாம்னு சொன்னது,'' என்று தன் நினைப்பிலேயே நின்றான்.

''எதனால தூங்கல்லன்னு அக்கறையாக் கேட்டிருந்தீன்னாதான் ஆச்சரியப்பட்ருப்பேன்.''

''என்ன சொன்ன?''

எரிச்சலில், ''ம், உன் தலை,'' என்றதைத் தன் வசதிக்கேற்ப ஏதோ செல்லச் சிணுங்கல் என்று எடுத்துக் கொண்டு கிச்சுக்கிச்சு மூட்டினான்.

''விடு மதன்,'' என்றாள் கடுகடுப்புடன்.

''என்னாச்சு?''

சன்னமான குரலில், ''ஆமா, உனக்கு எப்பவும் உன் வசதியும் உன் சொகமும் தானே முக்கியம்'' என்றாள். அவளிரு தோள்களையும் இறுகப்பற்றி உலுக்கி, எரித்து விடுவதுபோல முறைத்துக் கொண்டே, ''கொஞ்சம் முன்னாடி என்ன முனகின? சொல்லு,'' என்று அடித் தொண்டையிலிருந்து பற்களுக்கிடையில் கடுகடுத்தவன் அடுத்த நொடியிலேயே காரியத்தில் கண்ணானான். நான்கு தினங்களுக்கு வலித்தன இரு தோள்களும்.

***

தவிப்புடனே நாட்களைக் கடத்தியவளைப் பார்த்து, ''பேசாம நீ வேலைக்கிப் போ. அப்பதான் பிள்ளையப் பத்தியே நெனச்சிக்கிட்டிருக்க மாட்ட,'' என்றான்.

வேலை தேடினாள். கிடைக்கக்கூடிய சின்ன அறிகுறி கூடத் தென்படாமல் ஆயாசம்தான் ஏற்பட்டது. எங்கே போனாலும் நிரந்தர வாசத்தகுதி உண்டா என்று கேட்டே கொன்றார்கள். ஒரு மாற்றமாக இருக்கட்டுமென்று சொற்ப வருமானத்துக்கு அக்கம் பக்கத்துப் பிள்ளைகளுக்கு டியூஷன் எடுத்தாள். தொலைபேசியில் அழைக்கும்

போதெல்லாம் குழந்தை, ''தாத்தா, தாத்தா,'' என்றான், 'ஸ்கைப்'பில் காட்டினார்கள். ஆனால், அவனுக்கு அம்மா, அப்பாவைத் தெரியவில்லை. சரண்யாவுக்கு ஒவ்வொரு முறையும் அழுகைதான் பொங்கியது.

நாலைந்து மாதங்களில் குழந்தையின் முதல் பிறந்தநாள் வந்தது. ஒரு வாரத்துக்கு இந்தியா போகலாமென்றான். அந்தக் கணத்திலிருந்து ஒரே பரபரப்பு. 'என்னை அடையாளம் தெரிஞ்சிப்பானா,' என்ற ஆர்வம். ஸ்கைப்பில் பார்த்துப் பேசியிருந்தாலும், 'என்னைத் தெரிந்து கொள்வானா?' என்று ஒரே துடிப்பு அவளுக்கு.

***

மீனம்பாக்கத்தில் இறங்கியதுமே பெட்டிகளுக்குக் காத்திராமல் வெளியே பாய்ந்தோடினாள். பின்னால் பெட்டிகளை அடுக்கித் தள்ளிக் கொண்டு வந்த மதனிடம், 'கூப்டதும் தாவி வந்தான். என்ன மறக்கல்ல,'' என்று சரண்யா ஆனந்தத்தில் நெகிழ்ந்தபோது, ''எல்லார்கிட்டயும் தான் தாவறான்னு சொன்னாங்க அப்பா'' என்றான் மதன். ''வேற்று முகமில்லை. அதான் எல்லோரிடமும் போவதைப் போல உன்னிடமும் வந்தான்,'' என்று மாமனார் வேறு அதையே நிறுவினார். அதையெல்லாம் பொருட்படுத்தாமல் குழந்தையைக் கொஞ்சிக் கொண்டு நின்றாள்.

திரும்பத் திரும்பக் காட்டிக் கொடுத்தாலும் குழந்தை அப்பா, அம்மா என்று கூப்பிடவில்லை. எல்லோருடனும் விளையாடினான். இரவில் மட்டும் சட்டென்று விழித்ததும் அப்பா அம்மாவுக்கு நடுவில் படுத்துக் கொண்டு இருவர் முகத்தையும் பார்த்து வீரிட்டழுதான். அறைக்குள்ளிருந்து தாத்தா வந்ததும் அவர் முகத்தைப் பார்த்த பிறகுதான் அழுகையையே நிறுத்தினான்.

இருபக்கமும் முதல் பேரப்பிள்ளை என்பதால் அவனுடைய பிறந்தநாள் கோலாகலமாக நடந்தது. அங்கே இருந்த ஒருவாரமும்

அவளுக்குக் குழந்தையோடு ஒரே கொண்டாட்டம். இருந்தவரை மிகவும் சந்தோஷமாகவே இருந்தாள்.

✦✦✦

திரும்ப வந்ததும் சிங்கப்பூர் நிரந்தரவாசம் கிடைத்து, நல்ல வேலையும் வாய்த்தது.

ஃபேஸ்புக் நண்பர்களிடம் குழந்தையின், குழந்தையோடு இருந்த தன் புகைப்படங்களைக் காட்டினாள். அவனுடன் சென்னையில் ஆட்டம் போட்ட நாட்களில் எடுத்த காணொளித் துண்டுகளை கணினியிலேற்றியிருந்ததால், அவற்றை அடிக்கடி கண்டுகளித்தாள். புது வேலையில் சேர்ந்தாள்.

சென்னையிலிருந்து தகவல் வந்தது. மாமனாருக்கு ரத்த அழுத்தம் எகிறியதை அடுத்து மருத்துவமனையில் இரண்டு நாட்கள் தங்கி சிகிச்சை பெற்றார். துறுதுறுவென்றிருந்த குழந்தையைப் பார்த்துக் கொண்டது அவருக்கு ஆகவில்லை. மருத்துவர் அந்தப் பொறுப்பை வேறொருவரிடம் ஒப்படைத்து விட்டு கொஞ்சம் ஆசுவாசமாக இருக்கச் சொல்லி அறிவுரை சொன்னார். இல்லையென்றால், மீண்டும் அவருக்கு அதே பிரச்சனை வருமென்றும் கடுமையாக எச்சரித்தார்.

''மதன்,'' என்று சரண்யா கூப்பிட்டதற்கு, ''ம்,'' என்றபடியே அப்பாவைப் பற்றிய யோசனையில் அசையாமல் உட்கார்ந்திருந்தான்.

''அப்பாவ கவனிக்க அம்மாவால முடியல்ன்றாங்க. நீ கௌம்பு.''

''இப்பதான் எனக்குப் பிடிச்ச மாதிரி வேல கெடச்சி போக ஆரம்பிச்சிருக்கேன்,'' என்றவளைப் பார்க்காமலே, ''அதையெல்லாம் பார்த்தா முடியாது. கொழந்தையப் பார்த்துக்க நீ உடனே போய்தான் ஆகணும்,'' என்றான்.

''வாடகைய மிச்சம் பிடிக்கலாம். நான் ஒரு ரூம் எடுத்துத் தங்கிக்குவேன். எதுக்கு இவ்ளோ பெரிய வீடு?''

''இல்ல, நான் போகல்ல,'' என்று சொன்னபோது பேசாமல் இருந்தவன், ''நீ வான்னா ஒடனே வரணும், போன்னதும் போயிடணும், இல்ல?,'' என்றதும் அடிக்கக் கையோங்கியவாறே அவள்மீது பாய்வான் என்று அவள் கொஞ்சங்கூட எதிர்பார்க்கவில்லை. சட்டென்று சுதாரித்தவனாக கையைக் கீழிறக்கியவாறே, ''நீ போற,'' என்றான் பற்களை நறநறவென்று கடித்துக் கொண்டே.

ஃபெமினா (தமிழ்) மே 2016

புனைவுகளூடாகப் பல்லாயிரம் வாழ்க்கைகள்

ஜெயந்தி சங்கருடன் உரையாடல் : மதுமிதா

எழுத்தாளர் என்று சொல்லப் (அழைக்கப்) படுபவர் எப்போதும் எழுத்தாளர் என்கிற கிரீடத்துடனேயே இருக்க வேண்டுமா?

ஜெயந்தி சங்கர்: என்னைப் பொறுத்தவரை எழுத்து என்பது என்னுடைய தனியுலகம். அந்தத் தனியுலகை உருவாக்கிக் கொள்வது முற்றிலும் என் கையில் இருக்கிறது. அதனால்தான் இதை மிகவும் விரும்புகிறேன். அந்தத் தனியுலகம் உருவாக்கும் படைப்புகளின் மீது அவ்வப்போது ஏற்படும் கவனங்கள், எழுத்தாளர் என்ற உணர்வைச் சின்னதாய்த் தூறி மறையும் மேகம் போல அவ்வப்போது உணர்த்தும். கிரீடங்கள் எனும் மாயையை தாங்களே தரித்துக்கொண்டிருக்கும் எழுத்தாளர்களும் இருக்கவே செய்கிறார்கள். அந்த உளவியல் தனி ஆராய்ச்சிக்கானது.

இலக்கியத்துறையில் இயங்கிக்கொண்டு ஓர் இலக்கியவாதி திரைப்படத் துறையிலும் இயங்க நேரும்போது ஏன் அதிகம் விமர்சிக்கப்படுகிறார்?

ஜெயந்தி சங்கர்: கவிஞராக அறியப்படும் ஒருவர் காலப்போக்கில் மிக அருமையான கட்டுரைகளை எழுதத் தொடங்குவார். கட்டுரையில்

தொடங்கிய ஒருவர் சிறந்த புனைவுகள் எழுதுவார். ஆனால், அவர் கவிஞர் என்றும் கட்டுரையாளர் என்றும் முதலில் உருவாக்கிக் கொண்ட கருத்தாக்கத்தை உதற முடியாத, விரும்பாத பெரும்பாலோர் பிடிவாதமாய் அதையே பிடித்துக் கொண்டிருப்பர். அதனடிப் படையில் அந்த விமர்சனங்களைப் புரிந்து கொள்ளலாம். வேறோர் ஊடகம் என்றளவில்தான் திரைத்துறையை நான் பார்ப்பது. அங்கே இருக்கும் பொருளாதார அனுகூலங்கள், வேகமாகப் பெறக்கூடிய கவனங்கள் ஆகியவை அந்தத் துறையை கவ்ர்ச்சி மிகுந்ததாகத் தோற்றுவிக்கின்றன. அது ஒரு கூட்டு முயற்சி என்று இலக்கியவாதிக்குத் தெரியுமே. ஆகவே பல்வேறு சமரசங்களைச் சந்திக்க வேண்டியிருக்கும் என்பதை அறிந்தேதான் அங்கே செல்கிறார். தேடல், ஊடகத்தை மாற்றிக் கொள்வதில் இயல்பாகக் கொண்டு விடலாம். அல்லது தன்னை நோக்கி வரும் வாய்ப்பைப் பிடித்துக் கொள்ள அந்தத் தேடலே உதவும். புது ஊடகம் அதிக பொருளீட்டலுக்கு வழிவிடுமா, இருக்கட்டுமே. இலக்கியவாதிக்கும் பசியுண்டு; சாப்பிடுவார். வாழ்க்கையுண்டு; வாழ்க்கையில் பொறுப்புகளுண்டு. அது சார்ந்த தேவைகளும் சவால்களும் உண்டு தானே. வெறும் கற்பனைகளிலிருந்து எழும் அதுபோன்ற விமர்சனங்களைச் சமாளிக்கும், கடந்து செல்லும் வல்லமையும் அந்த இலக்கியவாதிகளுக்குக் கண்டிப்பாக இருக்கவே செய்கிறது.

நீங்கள் எழுத்தாளர் என்று அறியப்பட விரும்புகிறீர்களா? சிங்கப்பூர் எழுத்தாளர்/அயலக எழுத்தாளர் என்று அறியப்பட விரும்புகிறீர்களா?

ஜெயந்தி சங்கர்: தொடர்ந்து எழுதுகிறேன். ஆகவே, நான் ஓர் எழுத்தாளர். அவ்வளவுதான். தேவையென்றால், இடத்தையும் வசதியையும் பொறுத்து, இங்கே சில வேளைகளில் சிங்கப்பூர் எழுத்தாளராகக் குறிப்பிடப்படும் நான் மற்ற இடங்களில் அப்படி குறிப்பிடப்பட மாட்டேன். என் ஆக்கங்கள் பகிரங்கமாகவே இருட்டடிப்பு செய்யப்படும். அவர்களுக்குள் ஓடும் உளவியல் மிக

விசித்திரமானது. அவரவர் வசதிகளைப் பொறுத்து மட்டுமே என் மேல் ஏற்றப்படும் அதுபோன்ற அடையாளங்களைக் கேலிச்சித்திரம் போலப் பார்த்துச் சிரிக்கிறேன்.

உங்கள் படைப்பு இருட்டடிப்பு செய்யப்படுவதாக நீங்கள் கருதுகிறீர்கள். தமிழ் இலக்கியக் சூழலில் பலருக்கும் இது நிகழ்வது உண்மைதானா? இதற்குக் காரணம் என்னவாக இருக்கும் என நினைக்கிறீங்க? இந்த இருட்டடிப்புகளைக் கடந்தும் நீங்கள் அறியப்படுவதும் விருதுகள் உங்களுக்கு வழங்கப்படுவதும் உங்களுடைய கடின உழைப்புக்கான வெற்றியா?

ஜெயந்தி சங்கர்: எல்லோரும் தான் உழைப்பைப் போடுகிறோம். அதைக் குறித்து தனியாகப் பேச நாம் செய்வதொன்றும் சாகசமில்லை. இருட்டடிப்பு நடக்கிறது. தன்னுடைய ஆக்கங்கள் குறித்த, பிறவற்றுடன் அவை எங்கே எந்தளவு வேறுபடுகின்றன என்பது போன்ற மதிப்பீடுகள் எல்லாப் படைப்பாளிக்குள்ளும் இருக்கும். புறக்கணிக்கப்படும், வேண்டுமென்றே ஒதுக்கப்படும்போது படைப்பாளிக்கு நன்றாகவே தெரியும். ஒவ்வொருவருக்குள்ளும் புறக்கணிப்பு சார்ந்த அப்பட்டமான நூற்றுக்கணக்கான உண்மைக் கதைகள் இருக்கும். பாதிக்கப்பட்டவர்கள் எல்லோருமே அது குறித்துப் பேசுவதில்லை. நடந்ததை உணரத் தொடங்கி முதல் ஐந்தாறு ஆண்டுகளுக்குப் பிறகுதான் என் மனதில் உறுதிப்பட்டது. நன்றாக எழுதத் தெரிந்தால் மட்டும் போதாது, எழுதியவற்றுக்கு கவனங்களைக் கொண்டு வரவும் தெரிந்திருக்க வேண்டும் என்பது அண்மைய போக்கு. இருட்டடிப்புக்குக் காரணம் தனிமனித, அமைப்பு சார்ந்த, பொறாமையில் எழும் அரசியல்தான். அந்த அரசியலைத் தமக்குச் சாதகமாகத் திருப்பும் ஆற்றல் உள்ளவர்கள், தரத்தில் சராசரிக்கும் கீழே இருக்கும் தங்களுடைய படைப்புகளை முன்னிலைக்குக் கொண்டு போகிறார்கள். அவ்வாறு செய்வதில் அவர்களுக்குக் கூச்சங்களே இருப்பதில்லை. மிக இயல்பாக எடுத்துக்கொள்கிறார்கள். அரசியலை

அரசியல் மூலம் சமர் செய்ய முடிந்தவர்களும் நிறைய பேர் இருக்கிறார்கள். அதையெல்லாம் கடந்தும் அத்திப்பூத்தாற் போல எப்போதேனும், அயலில் அங்கீகாரங்கள் பெற்று விடும்போது தாளாமல் வெதும்புகிறார்கள்.

சிறுகதை, குறுநாவல், நாவல் என்று இயங்கி வரும் நீங்கள் பல உத்திகளை உங்கள் படைப்புகளில் பயன்படுத்தி இருக்கிறீர்கள். உதாரணத்துக்குக் கடிதம் மூலமாகவே கதையை நகர்த்துதல் அல்லது ஒவ்வொரு கதாபாத்திரமும் தன் பார்வையில் கதையை நகர்த்துதல் போன்றவை. வேறு ஏதும் புதுவித உத்தியைப் படைப்புகளில் இதுவரையில் செய்யவில்லையே என்று நினைத்திருக்கிறீர்களா? எனில், அந்தப் புதுவித உத்தி என்ன? எப்போது அதை எழுதப் போகிறீர்கள்?

ஜெயந்தி சங்கர்: பதார்த்தத்துக்கு ஏற்ற பாத்திரம் இயல்பாகவே அமைந்துவிடும். உத்திகளை முடிவெடுத்து விட்டு எழுதியதில்லை. அது சரியான முறையுமில்லை. எதைப்பற்றி எழுதப் போகிறோம் என்பதும் அதற்கான தொனியும் மொழியுமே முக்கியமாகிறது. அது முடிவாகி, எழுதும்போது இயல்பாக ஓர் உத்தி வித்தியாசமாக அமையலாம். வாசிக்கும் சிலர் அதில் ஈர்க்கப் பட்டு அந்த உத்தியைக் குறிப்பிடுவதுண்டு.

விழாக்களில் அல்லது சிங்கப்பூர் இலக்கிய விழாக்களில் நீங்கள் ஏன் அதிகம் கலந்து கொள்வதில்லை?

ஜெயந்தி சங்கர்: சுமார் 20 ஆண்டுகளாக எல்லா நிகழ்ச்சிகளிலும் பங்கேற்று வந்தவள், இப்போது போகாமல் இருப்பது பளிச்செனத் தெரியக்கூடியதுதான். மூன்றாண்டுகளுக்கு முன்னர் வீடு மாறியதும் முழுநேரப்பணியில் சேர்ந்ததுமாக முதன்மைக் காரணம் முன்பு எனக்கிருந்த நேரம் இப்போது இல்லை. அத்துடன், மேடையில் நடக்கும் நாடகங்கள் எல்லாம் ஒன்றுமே இல்லை எனும் அளவிற்கு

ஆங்காங்கே நிகழ்த்தப்படும் நுண்ணரசியல் நாடகங்கள் எனக்கு மிகுந்த சலிப்பூட்டுகின்றன. எங்கும் எதிலும் புரையோடிக் கிடக்கும் பாவனைகள், போலித்தனங்கள் எனக்குள் ஆயாசத்தையும் ஒவ்வாமையையுமே ஏற்படுத்துகின்றன. விழாக்களில், மேடைகளில் நான் தோன்றாதது குறித்து சிலரால் மிகச் சீரிய முறையில் முன்னெடுக்கப்பட்டு பரப்பப்படும் ஒருவிதப் பிரசாரம் பற்றியும் அறிந்தே இருக்கிறேன்.

இலக்கிய விழாக்கள் வளர்ச்சிக்குத் தேவையானவை தானா? சர்ச்சைகளுக்கும் விளம்பரங்களுக்கும் மட்டுமே பயன்படுத்திக் கொள்ளப் படுகின்றனவா?

ஜெயந்தி சங்கர்: உள்ளூரைப் பொறுத்தவரை நல்ல நோக்கத்துடன் தொடங்கப்பட்டு வளரும் அமைப்புகளும் அவை சீரிய முறையில் முன்னெடுக்கும் நிகழ்ச்சிகளும் இருக்கின்றன. நிகழ்ச்சி ஏற்பாடு, செயல்பாட்டில் சிற்சில உள் அரசியல்கள் இயல்பாகவே உருவாவதுண்டு என்றாலும் நோக்கத்தில் ஓரளவு உறுதியாக இருக்கின்றன. சிறியளவிலேனும் நல்ல மாற்றங்களை ஏற்படுத்தவும் செய்கின்றன. மறுபுறம், சிறந்த நோக்கத்தோடு தொடங்கப்பட்டு ஒரு கட்டத்தில் கைமாறியபோது தடம்மாறி தனிநபர் முக்கியத்துவத்தை முன்னிறுத்தி இயங்க ஆரம்பித்தவையும் உண்டு. மிகுதியாக கூட்டங்களும் வட்டங்களும் அவரவரது 'அகங்கார' வளர்ச்சிக்காகவே பெரும்பாலும் நடத்தப் படுகின்றன. சிந்தனை, ரசனையை வளர்த்துக் கொள்ள அவை உதவுவதில்லை.

தமிழக இலக்கிய விழாக்களுக்கும் சிங்கை இலக்கிய விழாக்களுக்குமான ஒற்றுமை வேற்றுமைகளை அறிவீர்களா? இரு எழுத்தாளர்களுக்கிடையில் ஒரு நீண்ட பிரிவு இருப்பதாகத் தெரிகிறதா?

ஜெயந்தி சங்கர்: ஒப்பிடத் தோன்றியதில்லை. 26 ஆண்டுகளாகப் பல்லாயிரம் கிலோமீட்டர் தொலைவில் இருப்பதால், இங்குள்ளவற்றை

அதிகமாக நேரிலும் அங்குள்ள செயல்பாடுகளை ஊடகங்கள் வாயிலாகவும் அறிந்து வருகிறேன். பூகோள ரீதியில் நிலப்பரப்பு, கலாசாரச் சூழலில் நிலவும் வேறுபாடுகள் இருக்கவே செய்கின்றன. வட இந்தியாவிற்கும் தென்னிந்தியாவிற்கும் இருக்கக்கூடிய வேறுபாட்டைக் காட்டிலும் இந்த வேறுபாடு மிகக்குறைவு தான் என்று தோன்றும். நூல்கள் பரஸ்பரம் கிடைக்கக்கூடிய நிலையில், படைப்பாளிகள் அவ்வப்போது சந்திக்கக்கூடிய சூழலில் இருப்பதாகவேபடுகிறது.

நீங்கள் எதிர்கொண்ட விமர்சனங்களில் (நேர்மறையாகவும், எதிர்மறையாகவும்) மறக்க முடியாத ஒன்றிரண்டைப் பகிர்ந்து கொள்ளுங்கள்.

ஜெயந்தி சங்கர்: நான் எழுதுவது ஆத்ம திருப்திக்கு. எனினும், அவ்வாறு நான் சொல்வதையே வாய்ப்பேற்படும் போதெல்லாம் கிண்டலடிப்பதாக நினைத்துக் கொண்டு, 'ஆத்ம திருப்திக்காக எழுதறேன்னு யாராச்சும் சொன்னா, நம்பாதீங்க' என்று சிலர் முழங்கி மிக மகிழ்கிறார்கள். நானும் ரசிக்கிறேன். ஒவ்வொரு முறை மூச்சை உள்ளிழுப்பதிலும் வெளி விடுவதிலும் உள்நோக்கங்கள் கொண்டவர்களுக்கு, பாவம் அப்படித்தானே புரிந்து கொள்ள முடியும். எழுதுவதே, எழுத வந்ததே அரசியல் என்று யோசிப்போருக்குள் ஓடும் உளவியல் எப்போதுமே எனக்குப் புரிந்ததில்லை. நேர்மறையாகச் சொல்வதாக நினைத்துக் கொண்டு மேலோட்டமாகப் பாராட்டி அவமதிப்பது, எதிர்மறையாகச் சொல்வதாக நினைத்து கோமாளியாகி என்னைச் சிரிக்க வைப்பது போன்றவை அடிக்கடி நடக்கக்கூடியவை. போலித்தனத்தில் தோய்த்தெடுக்கப் பெற்றவையே மிக அதிகம்.

பிறப்பு சார்ந்து நேரடியாக பகையுணர்வுடன் நக்கலாகப் பேசப்படும் வார்த்தைகளை எதிர்கொள்ளும்போது அது ஏற்படுத்தும் உணர்வு வலியா? கோபமா? ஆதங்கமா? எப்படி அதைக் கடந்து வருகிறீர்கள்.

ஜெயந்தி சங்கர்: ஒரு சிறிய கூட்டத்தில் ஒருவர் என்னை நேராகவே 'சாம்பார்' என்று குறிப்பிட்டார். வேறொரு சமயம் என்னை 'தயிர்சாதம்' என்று வேறொருவர் கூறினார். இரண்டுமே ஆண்கள். இதெல்லாம் இங்கே, சிங்கப்பூரில் நடந்தது. பொதுவில் இப்படிக் கூடப் பேசுவார்களா என்று முதல் கணத்தில் ஏற்படும் சின்ன அதிர்ச்சியை அடுத்து எனக்குள் சட்டென்று சிரிப்புதான் பீரிடும். ஏன் இப்படி இருக்கிறார்கள் என்று பரிதாபமாகக் கூட இருக்கும். நேரடியாகப் பேசிவிட்டால்கூட அவர்களை அணுகுவதும் சுலபம். ஆனால், இன்னொரு வகை உண்டு. தங்களுக்குள் விளிம்புவரை தளும்பி நிற்கும் சாதியச் சிந்தனை, வேறுபாடுகள் எனக்குள்ளும் அதே அளவில் இருக்கும் என்ற முன்தீர்மானத்துடன் பேசி, நடந்து கொள்வார்கள். கேட்டு மகிழ்வேன் என்று கருதி சில அபத்தங்களை உதிர்ப்பார்கள். அப்போதுதான் என்ன செய்வது என்றே தெரியாது. சகமனிதரை, படைப்பாளியை, படைப்பை நிச்சலமான, திறந்த மனத்துடன் அணுக இவர்களுக்கு இன்னும் எத்தனை காலம்தான் எடுக்குமோ என்ற ஆதங்கம் என்னுள் ஏற்படும்.

புதிதாகச் சிறுகதை எழுத விரும்பும் வாசக வாசகியர்கள் தெரிந்துகொள்ளவேண்டிய முதல் டிப்ஸ் என்ன? அடுத்த 4 டிப்ஸ்கள் என்னென்ன?

ஜெயந்தி சங்கர்: ஒரே சிறுகதையை, தேவைப்பட்டால் பல முறை திருத்தி எழுத அலுக்கக் கூடாது என்பது அடிப்படை. அடுத்தடுத்தும் நாம் சிறுகதைகள் எழுதப் போகிறோம் என்கிற பிரக்ஞை இல்லாமல் புதிதாக எழுதத் தொடங்குவோர், எடுத்திருக்கும் கருப்பொருள் சார்ந்து, தான் அறிந்தவை அனைத்தையும் ஒரே சிறுகதைக்குள் திணிக்கப் பார்ப்பார்கள். சிறுகதை வேண்டுவதை மட்டுமே கொடுக்கும் சூட்சமம் தெரிய இடைவிடாத எழுத்துப் பயிற்சி உதவும். முடிவுக்கு அருகில் தொடங்கத் தவறுவோர் சிறுகதைக்குள் ஒரு குறுநாவலை, நாவலையே விரித்துவிட்டு விழிக்கக் கூடும். புகழ்பெற்ற முன்னோடி எழுத்தாளர்களுடைய படைப்புகளை வாசிக்கும் சிலர் கவரப்பட்டு

அதேபோல தான் எழுத வேண்டும் என்று கருதி விடுகிறார்கள். மொழி, நடையில் 30, 40 ஆண்டுகள் பின்தங்கி இருப்பது போல வாசிக்கும் போது உணர முடியும். வேறு சிலர் தற்காலத்துக்கு ஏற்ற மொழியைக் கையாண்ட போதிலும் வாக்கிய அமைப்பு, இலக்கணங்களில் குளறுபடி செய்து வாசிப்புக்குள் போகவிடாமலே வாசகரைத் துரத்திவிடுகிறார்கள். முன்னோடி எழுத்துகளிலிருந்து உந்துதல் பெறுவதற்கு பதிலாக அவர்கள் அழுத்தமான தாக்கம் கொள்கிறார்கள். இதனால், நகல் எடுத்தது போல் அவர்களது படைப்புகள் அமைந்து விடும் அபாயம் ஏற்படுகிறது. தனித்துவம் ஏற்படுவதையும் இது தடுத்து விடுகிறது. அதுமட்டுமில்லாமல் புதிதாக எழுத முயல்பவர்களால் தேய்வழக்குகளை உதற முடியாமலே போகிறது.

கதைகளில், கதாபாத்திரங்களின் வசனம் அல்லது எண்ணம் எழுத்தாளரின் சொந்தக் கருத்தாகத்தான் இருக்க வாய்ப்புள்ளதா? உதாரணத்துக்கு ஆன்மீக எழுத்தாளர் நாத்திகக் கருத்துகளை எழுத மாட்டாரா? அல்லது நாத்திக எழுத்தாளர் ஆன்மீகக் கருத்துகளை எழுதக்கூடாதா? இதற்கு உதாரணங்கள் இருக்கின்றனவா?

ஜெயந்தி சங்கர்: சமூகத்தில் நாத்திகர்களும் ஆத்திகர்களும் தனித்தனி கிராமமாக இல்லையே? படைப்பாளியின் கோணத்தில் வாழ்க்கை பதிவாகும் போது புனைவெழுத்திலும் வாழ்க்கையைப் போலத்தான் வெளியை, காட்சியை எழுத முடியும். படைப்பாளி புனைவு வழியாக ஒட்டுமொத்ததில் சொல்ல விரும்புவதுதான் முக்கியமாகிறது. ஏனெனில், அதுதான் படைப்பாளியின் குரல். படைப்பு வழியாகக் கடத்த விரும்பும் செய்திக்கு ஏற்றவாறு சம்பவங்களையும் கதாப்பாத்திரங்களையும் உருவாக்கி அவற்றை உலாவ, பேச விடும்போது உண்மைத் தன்மையோடு எழுத வேண்டுமானால் எல்லாவற்றையும் எழுதத்தான் வேண்டி இருக்கும். எதை எவ்வளவு என்பதெல்லாம் ஒட்டுமொத்தச் செய்தியைப் பொறுத்து நகைச்சுவையாக, பகிடியாக, சீற்றமாக அமையலாம். 'சில

நேரங்களில் சில மனிதர்கள்' நாவலில் கங்காவுடன் அம்மா சண்டை போடும்போது, 'நீ மட்டும் என்ன முடியைச் சிரைச்சுண்டா நிக்கறே?,' என்று கேட்டுவிட, அடுத்த நாளே அம்மா மொட்டை அடித்துக் கொண்டு ஆசார பிராமண விதவையாக வந்து நிற்பாள். இதே அம்மாதான் 'அக்னிப் பிரவேசம்' சிறுகதையில் மகள் தலையில் தண்ணீர் கொட்டி வீட்டுக்குள் கூட்டிச் சென்றவள். இரண்டையுமே எழுதியது ஜெயகாந்தன்தான். தன் சொந்த நம்பிக்கையைக் கடந்தும் படைப்பாளி வாசகனுக்குள் கேள்விகளை விதைக்கவும் சில கட்டுடைப்புகளைச் செய்யும் பொருட்டும் சூழலும் பாத்திரமும் வேண்டுவதை எழுதியிருக்கிறார் என நம்மால் உணரமுடியும்.

முற்போக்குப் படைப்பாளிகளென்றால் சாதிய வெறுப்பையும், காதல் திருமணத்தை ஆதரிப்பவராக மட்டுமே எழுத வேண்டுமா?

ஜெயந்தி சங்கர் : வேகமடைந்து வரும் இவ்வுலகில் நேற்றைய முற்போக்கு இன்றைய பிற்போக்காகி விடுகிறது. இன்றைய முற்போக்கு நாளைய பிற்போக்கு. ஆகவே, எது முற்போக்கு என்ற கேள்வி எழுகிறது. சாதி அபிமானம், திருமணம் சார்ந்த நம்பிக்கைகள் எல்லாமே வளர்ப்பு, சூழல் போன்றவற்றால் கட்டமைபவை நேற்று மேலைச் சிந்தனையாகக் கருதப்பட்ட எல்லாமே இன்றைக்கு நமது வாழ்க்கைமுறை காதல் திருமணத்தை எதிர்க்க வேண்டிய அவசியமே உடைபட்டிருப்பதை இன்றைக்கு உணர்கிறோம். நான் அறிந்த ஓரிரு குடும்பங்களில்கூட "ஒரு பெண்ணைத் திருமணம் செய்கிறானா, சந்தோஷப்படு" என்று பெற்றோர் சொல்லிக் கொள்ளும் நிலைக்குதான் வந்திருக்கிறோம். இங்கே சாதியுமே உடைபட்டாயிற்று.

சிறுகதை எழுதும் வழக்கு ஒழிந்து, ஒரு பக்க, அரை பக்க கதைகள் வெளிவருவதும் எதைக் காட்டுகின்றன? சிறுகதைகள் வாசிக்கும் பழக்கமும் அழிந்து வருகின்றதா? சிறுகதைக்கே இந்த நிலை எனில் நாவல் வாசிப்பது?

ஜெயந்தி சங்கர்: நேரமே இல்லை என்று கருவிலேயே சொல்ல கற்ற பிள்ளைகள் பிறக்கும் யுகம் இது. சமூக ஊடகங்களால் அடிமைப்பட்டுக் கிடப்போர் எண்ணிக்கையும் ஓரிரு சொற்களில் எதையேனும் படித்துச் சிரித்துவிட்டு நகர்ந்து கொண்டே இருப்பவர்களின் எண்ணிக்கையும் பெருகி வருவது உண்மை. அந்த எண்ணிக்கை மிகமிகப் பெரியது கூட. 'லைக்'களின் எண்ணிக்கை உயர்வதைக் கண்டு புளகாங்கிதம் அடைந்துவிடுவோர் பெருகியுள்ள இதே உலகில்தான் வாரத்திற்கு ஒரு நாளைக்காவது 'சைவம்' மட்டுமே சாப்பிடும் கலாசாரத்தைப் போலவே வாரத்திற்கு ஒரு நாளைக்காவது சமூக ஊடகங்களை முற்றிலும் தவிர்க்க விரும்பும் கலாசாரம் மெதுமெதுவாக உருவாகி வருகிறது. சிறுகதைகள், நாவல்கள் வாசிக்கும், எழுதும் வாசகர், எழுத்தாளர் எண்ணிக்கையும் அச்சு, மின் என்று ஊடகங்கள் மாறினாலும் இருந்து கொண்டே தானே இருக்கிறது. நீடித்து நிலைக்கும் அனுபவங்களை வேண்டுவோர் அவர்கள். எக்காலத்திலும் இருதரப்பினரும் இருந்து கொண்டேதான் இருப்பார்கள்.

உலகின் இன துவேஷங்களை வெளிப்படுத்தும் படைப்பாக நாவல் மட்டுமே இருக்குமா? சிறுகதையில் அதைக் கொண்டுவர முடியாதா?

ஜெயந்தி சங்கர்: கண்டிப்பாக முடியும். இன துவேஷங்களை வெளிப்படுத்தக் கூடிய The Train from Rhodesia போன்ற சிறுகதைகளும் Strangers போன்ற குறும்படங்களும் தொடர்ந்து ஏராளமாகப் படைக்கப் படுகின்றன.

இந்தக் காலகட்டத்தில் புனைவு எதிர்கொள்ளும் சிக்கல்கள் என்னென்ன?

ஜெயந்தி சங்கர்: இதை நாம் படைப்பாளி, வாசகன் என்ற இருதளத்தில் சுருக்கமாகப் பேசலாம். உள்ளூர் அளவில் சொல்கிறேன். புனைவை அணுகுவதில் படைப்பாளியிலேயே தொடங்கி விடுகிறது

சிக்கல். இதை எழுதினால் எனக்கு அது கிடைக்குமா, அதை எழுதினால் இது கிடைக்குமா என்றே யோசிக்கிறார்கள். எல்லோருக்கும் 'பயன்', 'ரிசல்ட்' வேண்டியிருக்கிறது. உதாரணத்திற்கு, புனைவெழுத்தில் ஈடுபடுவோருக்கு வழிகாட்டும் ஒரு திட்டத்தில் இருந்து வருகிறேன். அது குறித்து அறிய ஒருவர் என்னை அழைத்தார். 'இதில் சேர்வதால் எனக்கு என்ன நன்மை?' என்று கேட்டதும் வாயடைத்துப் போனேன். இத்தனைக்கும் ஓரளவு எழுத வரும் ஒரு பேச்சாளர் அவர். எழுத்து என்பது வாழ்நாள் முழுக்க, தன் போக்கில் பயின்று கொண்டே இருக்கக்கூடியது என்று இவர்களால் புரிந்து கொள்ள முடியுமா என்றே தெரியவில்லை. புல்கட்டைக் காட்டிக்காட்டியே குதிரையை ஈர்க்க வேண்டிய நிலை தமிழ் அமைப்புகளுக்கு. வெறும் அனுபவத்திற்காக மட்டுமே ஆசையாக வாசிப்பது, எழுதுவது கிட்டத்தட்ட இல்லை எனலாம். பள்ளிப் பிள்ளைகள் மதிப்பெண்களை நினைத்துக் கொண்டே படிப்பது போல ஒரு சிறுகதையை வாசிக்கச் சொன்னால், அதனால் எனக்கு என்ன கிடைக்கும் என்று ஆராய்வது, கேள்வி கேட்பதுமாக இருக்கிறது. ஒரு நூலை வாசித்து முடிப்பது குறைந்தபட்சம் ஃபேஸ்புக்கில் பலமுறை பதிவிட்டு தம்பட்டம் அடிக்கவேனும் பயன்பட வேண்டியிருக்கிறது இவர்களுக்கு. புனைவை வாசிப்பவர் தங்களுக்குள் இருக்கும் மனத்தடைகளைக் களைந்து புனைவை எதிர்கொள்ள, அணுகத் தெரிவதில்லை. இப்போதுதான் எழுத ஆரம்பிக்கிறவர்கள் பல்வேறு மாயைகளால் அப்படியே நின்றுவிடுகிறார்கள். ஏற்கெனவே எழுத வரும் என நிரூபித்திருப்பவர்களும் தொடர்ந்த வாசிப்பு மூலம் அடுத்த கட்டத்துக்கு நகராமலே உறைந்து விடுகின்றனர்.

புனைவு அல்லது எழுத்து என்பதை அன்றாடம் உண்பது உடுத்துவது உறங்குவது போல உங்கள் வாழ்க்கை முறையாக எப்போது எப்படி சுவீகரித்துக் கொண்டீர்கள்?

ஜெயந்தி சங்கர்: வாழ்க்கைமுறையாக எழுத்தை ஏற்றுக் கொண்டேனா என்று இந்தக் கணத்தில்தான் யோசிக்கிறேன்.

இளமைக்காலத்தில் நான் எழுதத் தொடங்கவில்லை. மிகக் குறைவாகவே பேசிய இளமைப் பருவத்தில் என்னையறியாமல் உள்ளுக்குள் நிறையவே பேசியிருப்பேனோ என்று இப்போது தோன்றுகிறது. வாசிப்பில் பல ஆண்டுகள் ஆழ்ந்ததால், எழுத்துப் பயணம் மிக இயல்பாகத் தொடங்கியது. நிஜத்தில் ஒற்றை வாழ்க்கையையும் வாசிக்கும், எழுதும்போது பல்லாயிரம் வாழ்க்கைகளையும் வாழ்கிறேன் என்பதால் எனக்கு வாசிக்கவும் எழுதவும் மிகப் பிடிக்கிறது. அவற்றிலுள்ள தேடல் எனக்கு சுகமானது. எந்தத் திட்டமிடலோ சுவீகரித்தலோ இருக்கவில்லை. நான் ஒரு கட்டத்தில் எழுதுவேன் என்று இருபதாண்டுகளுக்கு முன்னர் யாராவது சொல்லியிருந்தால் நம்பியிருக்க மாட்டேன்.

எழுத்தாளரான நீங்கள், பத்திரிகையாளராக பணிபுரிவோம் என்று எப்போதேனும் நினைத்திருக்கிறீர்களா? இப்போது பத்திரிகையாளர் பணியில் இருக்கும்போது, இந்த வேலை உங்களின் படைப்புத் திறனை பாதிக்கிறதா? உதவியாகவே இருக்கிறதா?

ஜெயந்தி சங்கர்: உங்கள் கேள்வி புரிகிறது. பத்திரிகைத் துறைக்குச் செல்பவர்கள் தங்கள் படைப்புத் திறனை மெதுவாக இழந்ததாகச் சொல்லி பரவலாகக் கேட்டிருந்ததால் ஒரு உள்ளார்ந்த கவனத்துடன் அதிலிருந்து தப்பிவிட்டேன். வாசிப்பு எனக்கு உதவியது; உதவுகிறது.ஏழெட்டு மணிநேரம் முழுமையாக ஒப்புக் கொடுப்பது, சரணாகதி போல எனக்கு அதுவும் ஓர் ஆன்மிகப் பயிற்சி. முக்கியமாக, தொழில் சார்ந்த எழுத்துக்கும் படைப்பு சார்ந்த எழுத்துக்கும் துளிகூடத் தொடர்பே கிடையாது. ஆகவே, எவ்வித பாதிப்பும் கிடையாது; உதவியும் இல்லை. வி. டி. அரசு அவர்கள் தமிழ் முரசு ஆசிரியராக இருந்த காலத்தில் ஓரிரு முறை தொலைபேசியில் பொதுவாகப் பேசும்போது பணியாற்ற அழைத்தார். பிள்ளைகள் சிறியவர்களாக இருக்கிறார்கள், பிறகு பார்ப்போம் என்று இதமாகக் கூறி வந்தேன். சில ஆண்டுகளாக வீட்டிலிருந்தவாறே உதிரியாக (ஃப்ரீலான்சாக) நிறைய

வேலைகள் செய்து வந்தேன். உதவி ஆசிரியர் பணிக்கு ஆள் தேவை என்று முரசில் வந்த விளம்பரத்தைப் பார்த்து விண்ணப்பித்து, நேர்முகத் தேர்வு, சோதனைகள் முடிந்து பணியில் சேர்ந்தேன். முற்றிலும் வேறு வேலை என்றாலும் வீட்டிலிருந்தே செய்ததை அடுத்து, வீட்டைவிட்டுக் கிளம்பி அலுவலகம் சென்று பணியாற்றத் தொடங்கினேன். ஈராண்டுகளும் ஓடி விட்டன. எல்லா வேலைகளையும் போல அதுவும் ஒரு பணி. குழுவான ஒரு செயல்பாடு. அதற்குத் தேவையானதை, மேலதிகாரி எதிர்பார்ப்பதை, எதிர்பார்க்கும் விதத்தில் எழுதுவது. பத்திரிகைக்குத் தேவையானதுதான் அங்கே முக்கியம், என் கருத்துக்கோ அபிப்ராயத்துக்கோ இடமில்லை என்பதைத் தெளிவாகவே புரிந்து வைத்திருக்கிறேன்.

இத்தனை படைப்புகள் கொடுத்திருக்கிறீங்க. விருதுகள் பெறுவதும், வாசக வாசகிகளின் வரவேற்பும் மகிழ்ச்சியே. விருதுகளைக் கடந்து பதிப்பகத்தினர் ராயல்டி என்று ஒன்றை நிஜமாகவே கொடுக்கிறார்களா என்ன?

ஜெயந்தி சங்கர்: இலக்கிய ஈடுபாடும் ஆர்வமும் மட்டுமே என்னைப் போன்ற படைப்பாளிகளைச் செலுத்துகின்றன. நூல்களைச் சந்தைப் படுத்த, விளம்பரம் செய்துகொள்ள அறியாத இனத்தைச் சேர்ந்த எனக்கெல்லாம் எழுத்து மூலம் ராயல்டி, வருவாய் என்பதெல்லாம் அரூபமாக இருக்கும் எட்டாக்கனி.

ஏன் எழுத்தை மட்டுமே ஒரு தொழிலாக தமிழ் எழுத்தாளர்கள் வைத்துக்கொள்ள முடியவில்லை?

ஜெயந்தி சங்கர்: தற்கால வாழ்க்கைமுறை, குடும்பம் சார்ந்த பொறுப்புகள், செலவுகள், அவற்றுக்கான பொருளீட்ட வேண்டிய நெருக்கடிகள் எல்லாம் சேர்ந்துதான் எழுத்தை மட்டுமே தொழிலாக வைத்துக்கொள்ள முடியாத நிலைக்குத் தள்ளுகின்றன.

பிறமொழிப் படைப்புகளில் வாசித்ததில் நீங்கள் விரும்பிய புத்தகம் பற்றிக் குறிப்பிடுங்கள்.

ஜெயந்தி சங்கர்: பல நூல்களைச் சொல்லலாம். எனினும், ஹருகி முரகமியின் 'Kafka on the shore' என்ற நாவல் நான் வாசித்த, என்னை மிகவும் கவர்ந்தஒரு நூல். ஆழ்மனச் சிடுக்குகளை உருவகங்கள் வழியாகச் சொல்லும் இந்த நாவல் ஒவ்வொருமுறை வாசிக்கும் போதும் பல்வேறு அடுக்கடுக்கான புரிதல்கள் திறக்கக்கூடியது. நமக்குள் ஏற்படும் அது போன்ற திறப்புகளே ஒருவித அனுபவம். இரண்டாவது முறையாக வாசிக்கத் தொடங்கியிருக்கிறேன். ஃப்ராய்டின் 'இடிபஸ் காம்ப்ளெக்ஸ்' போன்ற சில கோட்பாடுகளைப் புனைவுகளில் புகுத்தியிருக்கும் முரகமியின் இந்த நாவல் வாசகரின் அறிவு, அனுபவத்தைப் பொறுத்து அவ்வந்த நிலைகளிலான புரிதல்களை ஏற்படுத்தவல்லது. முதிராத இளநிலை வாசகருக்கு இந்த நாவல் சாகசக் கதை போன்ற அனுபவங்களையும் சிற்சில அதிர்ச்சிகளையும் கொடுக்கக்கூடும்.

2014 இல் வெளிவந்த தமிழ்ச் சிறுகதை, நாவல் இவற்றில் நீங்கள் முக்கியமாகக் கருதுவது.

ஜெயந்தி சங்கர்: சென்றாண்டு வெளியான அனைத்து நூல்களையும் வாசித்திருக்க வழியில்லை. எனினும், நான் படித்தவற்றில் கிழிசல், நாளைக்கும் வரும் கிளிகள், பச்சைக்கிளிகள் ஆகிய சிறுகதைத் தொகுப்புகளையும் சஞ்சாரம், ரசிகன், புத்துமண் ஆகிய நாவல்களையும் சொல்வேன்.

வளரும் படைப்பாளிகளில் கவனிக்கப்பட வேண்டியவராக நீங்கள் கருதும் ஒருவரின் படைப்பைப் பற்றிச் சொல்லுங்கள்.

ஜெயந்தி சங்கர்: தொகுப்பாகவோ, முழுமையாகவோ புதிய படைப்பாளிகளை இன்னும் வாசிக்கவில்லை. உதிரியாக மட்டுமே இதழ்களில் நிறையபேரை வாசித்து வருகிறேன்.

இணையம் எழுத்தாளர்களை வளர்க்கிறதா? நீர்த்துப் போகச் செய்கிறதா?

ஜெயந்தி சங்கர்: அச்சில் எழுதத் தொடங்கிய போதிலும் நான் வளர்ந்தது இணைய வெளியில். திண்ணை, பதிவுகள், சொல்வனம் போன்ற பல்வேறு இணைய இதழ்கள் கொடுக்கும் தளம் எத்தனையோ படைப்பாளிகளுக்கு ஊக்கமளிக்கின்றன. எந்த ஓர் ஊடகத்திலும் இருக்கக்கூடிய, சில நிமிட கவனங்களைப் பெறத் துடிக்கும் ஆர்வக் கோளாறுகள் இணையத்திலும் உண்டு. அதெல்லாம் தவிர்க்க முடியாதவை. ஆனாலும், இணையத்தில் சிறப்பாக எழுதிப் பயன்பெற்ற பத்ரி சேஷாத்ரி, சுரேஷ் கண்ணன், ஹரன் பிரசன்னா, துளசி கோபால் உள்ளிட்ட நிறைய பேருண்டு. கண்டிப்பாக, இணையம் தமிழ் எழுத்துத் துறைக்குக் கிடைத்த வரம் தான்.

நீங்கள் இப்போது என்ன எழுதிக் கொண்டிருக்கிறீர்கள். இந்த வருடத்தைய திட்டமிடல் என்ன?

ஜெயந்தி சங்கர்: வழக்கம் போல் எந்தத் திட்டமும் இல்லை. தற்போது சிறுகதைகள்தான் எழுதிக் கொண்டிருக்கிறேன். 2013ஆம் ஆண்டில் வெளியான சிறுகதைகள் முழுத் தொகுப்புக்குப் பிறகு எழுதிய புதிய சிறுகதைகள் நூலாக வெளியாகலாம். அதேபோல சீனக் கலாச்சாரக் கட்டுரைகளின் முழுத்தொகுப்பு 'பறந்து மறையும் கடல்நாகம்' என்று பெயரில் வெளியாகவுள்ளது. இன்னும் இரண்டு நூல்கள் பதிப்பாளர் உறுதி செய்யவென்று காத்திருப்பு நிலையில் உள்ளன. நீண்ட, வெறும் விருப்ப விழைவுகளாகச் சொல்லக்கூடிய, செயல் அதிக அளவில் வலுப்பெறாத சில திட்டங்கள் மனதளவில் மட்டுமே இருக்கின்றன.

ஜெயந்தி சங்கர் பற்றிய குறிப்புகள்

சூழலையும் சமூகத்தையும் துருவி ஆராய்ந்து எளிய நிகழ்வுகளை வாழ்வனுபவமாகச் சிருஷ்டிக்கும் இவரது ஆற்றலானது உலகளாவிய தமிழிலக்கியப் பெருந்திரையில் இவருக்கென்றொரு நிரந்தர இடத்தைப் பொறித்து வருகிறது. தனது வாழ்விட நிகழ்வுகள், நிலப்பரப்பு, பண்பாடு, சமூகம் ஆகியவற்றைச் சிறுகதைகளாகவும் நெடும் புனைவுகளாகவும் எழுதி அவற்றை உலக அனுபவங்களாக்குவதே இவரது எழுத்தின் வெற்றி. சிங்கப்பூரைக் களமாகக் கொண்ட எளிய எதார்த்த நடைக்காக நன்கு அறியப் பெறும் இவரது சிறுகதைகள் பல்வேறு தொகுப்புகளிலும் இடம் பெற்றுள்ளன. இந்தியா, அமெரிக்கா, ஐரோப்பா, ஸ்ரீலங்கா, மலேசியா போன்ற நாடுகளில் எண்ணற்ற சிறுகதைகள் கட்டுரைகள் பிரசுரமாகி பரவலான கவனத்தைப் பெற்றுள்ளன. 7 சிறுகதைத் தொகுப்புகள், 5 நாவல்கள், 1 குறுநாவல் தொகுப்பு, 1 சீனக்கவிதைகள் உள்ளிட்ட 27 நூல்கள் எழுதியுள்ளார். ஒவ்வொரு நூலும் ஒவ்வொரு வகையில் முக்கியத்துவம் வாய்ந்தது. 2014 ஆம் ஆண்டில் 'ஜெயந்தி சங்கர் சிறுகதைகள்' என்ற இவரது முழுத்தொகுப்பு ஜெயந்தன் படைப்பிலக்கிய விருது, கு. சின்னப்ப பாரதி இலக்கிய விருது உள்ளிட்ட நான்கு முக்கிய விருதுகளைப் பெற்றது. சீனக் கலாச்சாரத்தின் மீது தனி ஆர்வத்தை வளர்த்துக் கொண்டுள்ள இவரது சீனக் கவிதைத்

தொகுப்பு நூலான 'மிதந்திடும் சுயபிரதிமைகள்' 2009 இல் நல்லி - திசையெட்டும் (மொழியாக்க) இலக்கிய விருதைப் பெற்றது. 'நியாயங்கள் பொதுவானவை' என்ற சிறுகதைத் தொகுப்பு திருப்பூர் அரிமா சங்கத்தினர் ஏற்பாடு செய்த 'அரிமா சக்தி விருது 2006' சிறப்புப்பரிசு, 'மனப்பிரிகை' நாவலுக்கு - அரிமாசக்தி 2008 (சிறப்பு) விருது உள்ளிட்ட பல பரிசுகள் மற்றும் விருதுகள் வாங்கியுள்ளார். 'பின்சீட்', 'திரை கடலோடி', 'முகப்புத்தகமும் சில அகப்பக்கங்களும்' ஆகிய சிறுகதைத் தொகுப்புகள் முறையே 2008, 2010, 2014 ஆகிய ஆண்டுகளில் சிங்கப்பூர் இலக்கிய விருதுக்குத் தேர்வாகின. பல்வேறு மொழிபெயர்ப்பு முயற்சிகளில் ஈடுபட்டு வரும் இவர் உலகளாவிய பரந்துபட்ட வாசகர்களைப் பெற்றுள்ளார். 1995 முதல் எழுதிவரும் இவரது ஆக்கங்கள் வேற்று மொழியில், குறிப்பாக ஆங்கிலம் மற்றும் ஹிந்தியில் மொழிபெயர்ப்பு கண்டுள்ளன. இவர் 2010 இல் உள்ளூர் ஆங்கிலக் காலாண்டிதழில் எழுதிய, 'Read Singapore' என்ற சிறுகதை 'Best New Singaporean Short Stories & volume 1 தொகுப்பில் இடம் பெற்றதுடன், ரஷ்ய மொழியாக்கமும் செய்யப் பெற்றுள்ளது. 2013ல் நூலாக்கம் பெற்ற சிறுகதைகளின் மொத்தத் தொகுதிக்குப் பிறகு எழுதப்பட்ட சிறுகதைகள் இவை.

இவருடைய தேரந்தெடுத்த சிறுகதைகள் Loss and Laws, Horizon afar, ஆகிய இரண்டு தொகுப்புகளாக வெளியாகியுள்ள நிலையில் நேரடியாக இவர் ஆங்கிலத்தில் எழுதிய சிறுகதைகளும் நூலாக்கம் பெற உள்ளது.

Email - jeyanthisankar@gmail.com